അടിമമനസ്സുകൾക്കിടം ആത്മനാശം!

INSIGHT PUBLICA

Nadakkavu, Kozhikode, Kerala, 673011
www.insightpublica.com
e-mail: insightpublica@gmail.com
Title: **Adimamanassukalkkidam Atmanasam**
Author: **MP Balaram**
(Malayalam)
First Edition: May 2022
Book Design:kjvj@insight

Printed and Published by
InsightinPublica Printers & Publishers Pvt. Ltd.
ISBN 978-93-5517-273-0
₹ 230

അടിമമനസ്സുകൾക്കിടം ആത്മനാശം!

എം.പി. ബാലറാം

INSIGHT PUBLICA®

1950 ജൂലൈ 12 ന് തലശ്ശേരിക്കടുത്ത് നിട്ടൂരിൽ ജനിച്ചു.

അച്ഛൻ കെ.കെ.ദാമോദരൻ നമ്പ്യാർ, അമ്മ എം.പി.രോഹിണി

ആറ്റടപ്പ യു.പി.സ്കൂൾ, കതിരൂർ ഗവണ്മെന്റ് ഹൈസ്കൂൾ, കുത്തുപറമ്പ് നിർമ്മലഗിരി കോളേജ്, ഗവ.ബ്രണ്ണൻ കോളേജ് ധർമ്മടം, കോഴിക്കോട് സർവ്വകലാശാല എന്നിവിടങ്ങളിൽ വിദ്യാഭ്യാസം. മട്ടന്നൂർ പഴശ്ശിരാജാ എൻ.എസ്.എസ്.കോളേജിൽ മലയാള വിഭാഗം അദ്ധ്യാപകനായി വിരമിച്ചു.

ഭാര്യ : ശശികല

മക്കൾ : ബിപിൻ, നീത, നിതിൻ

മരുമക്കൾ : നിതിൻ ചന്ദ്രശേഖരൻ, എം.എം.രാധിക, ദിവ്യ വാസുദേവൻ

പേരക്കുട്ടികൾ : നയനിക, നക്ഷത്ര, ദർശ്

കൃതികൾ:

വാക്കുകൾ തന്നെയാണ് പ്രശ്നം (2000), *ശബ്ദങ്ങൾ പ്രതിശബ്ദങ്ങൾ (2009), ധീരതയുടെ രക്തമുദ്ര* (2010), *വർഗ്ഗഭാവുകത്വം* (കുഞ്ഞപ്പ പട്ടാന്നൂരുമായി ചേർന്ന്, 2013), *കുഞ്ഞപ്പ പട്ടാന്നൂർ: കനലുകൾ, കുരുതികൾ, രക്തസാഹോദര്യങ്ങൾ* (2015) *ഇന്ദുലേഖ: വർത്തമാന പാഠങ്ങൾ* (2015), *സ്വത്വം സംസ്കാരം സങ്കൽപ്പനം: വിമർശന പാഠങ്ങൾ* (2016), *നരഭോജികൾ വീട്ടുമുറ്റത്ത്*(2017), *വാക്കുകൾ നിശ്ശബ്ദതകൾ* (2018), *വി.വി.കെ. കവിതകൾ: മുഖക്കുറിപ്പുകൾ* (2021), *നിശ്ശബ്ദ നിലവിളികൾ: വൈറസ് കാലവിചാരങ്ങൾ* (2021)

എഡിറ്റർ: *ചില നേരങ്ങളിൽ ആരും ഒറ്റക്കല്ല, കുഞ്ഞപ്പ പട്ടാന്നൂർ (2006), എന്റെ വിശപ്പിന്റെ വിശപ്പ്, എം.പി.രാധാകൃഷ്ണൻ* (2017), *വി.വി.കെ. കവിതകൾ* (2019)

വിലാസം: നവനീതം, ചാലക്കുന്ന്, പോസ്റ്റ് തോട്ടട, കണ്ണൂർ 7,670007

എം.പി.ബാലറാം

ഉള്ളടക്കം

അനുബന്ധം

മുഖവുര

ഒന്ന്
നാലുകാലിലിഴയുന്ന നിലവിളികൾക്ക് നടുവിൽ!

നാം രാഷ്ട്രീയമഹാശൂന്യതക്ക് നടുവിലാണ് എന്നത് എഴുത്തുകാരനെയാണ് ഏറെ അസ്വസ്ഥമാക്കേണ്ടത്. എങ്കിലും അസ്വസ്ഥമാകുന്നില്ല ഇന്ന് എഴുത്തും ചിന്തയും. എഴുത്ത് ഏതോ അന്യഗ്രഹജീവിതം ജീവിക്കുകയാണ്; സ്വപ്നജീവിതം ജീവിക്കുകയാണ്. എഴുത്തിന്റെ അസ്വസ്ഥശബ്ദങ്ങൾ കേൾപ്പിക്കപ്പെടുന്നില്ല അതു കേൾക്കാൻ ഒരൊറ്റ കാതുംതുറക്കപ്പെടുന്നുമില്ല. എഴുത്തുകാരന്റെ സ്വാസ്ഥ്യബോധത്തോട് സമരസപ്പെടാനും സന്ധിചെയ്യാനും ഒരുങ്ങുന്ന വായനാസമൂഹം ഏതൊരു അമിതാധികാരവ്യവസ്ഥയുടേയും അനുസരണയുള്ള പ്രജ മാത്രമായി ഒടുങ്ങിത്തീരുകയേയുള്ളൂ. നാലുകാലിലെ നിലവിളിശബ്ദങ്ങൾക്ക് നടുവിലും ഒട്ടും അസ്വസ്ഥമാകാതെയിരിക്കുക! എന്നും നിശ്ശബ്ദരാവുക! - ഫാസിസ്റ്റ് വാഴ്ച്ചയുടെ അരങ്ങൊരുക്കം അതിവേഗം പൂർത്തീകരിക്കപ്പെടുകയാണിവിടെ. എഴുത്തിന്റേയും വായനയുടേയും പൂർണ്ണമായ വന്ധ്യംകരണം അധികാരവ്യവസ്ഥയുടെ അനിവാര്യമായ മുന്നുപാധിയാണെന്ന് ചരിത്രംപഠിക്കുന്നവർക്കറിയാം. രാഷ്ട്രീയമഹാശൂന്യത ഒരു സാങ്കല്പിക കാര്യമല്ലെന്നും നാം അകപ്പെട്ടിരിക്കുന്ന ഇന്നത്തെ യാഥാർത്ഥ്യം അതാണെന്നും അറിയുന്നത് കേരളത്തിൽ

ജീവിക്കുന്നവരുടെ രാഷ്ട്രീയ മിഥ്യാമോഹങ്ങൾക്ക് നല്ലൊരു ചികിത്സയാണ്. കപടമായ ആത്മബോധം വലിച്ചെറിയാനും സ്വയംനിന്ദയുള്ളവരാകാനും പഠിക്കുന്നതോടെ അധികാര ശക്തിക്കു മുമ്പിൽ തല കുനിക്കാതിരിക്കാനുള്ള പ്രാഥമിക രാഷ്ട്രീയ ബോധമെങ്കിലും ആർജ്ജിക്കാൻ അവർക്കു കഴിയും.

കോർപ്പറേറ്റുകൾക്ക് വിടുപണി ചെയ്യുന്ന ഒരു സംസ്കാരത്തെ എതിരിടാനുള്ള പ്രാപ്തി എഴുത്തുകാരന് ജന്മംകൊണ്ട് കൈവരുന്നതല്ല. വീണു കിട്ടുന്നതുമല്ല. അതയാൾ ചിന്തകൊണ്ടുംവാക്കുകൾ കൊണ്ടും ആർജ്ജിക്കുന്നു. എവിടെ എപ്പോഴെല്ലാം എഴുത്തിന്റെ സ്വാതന്ത്ര്യം എതിർപ്പുകളെ നേരിട്ടോ, അപ്പോഴെല്ലാംഅതിന് അതിജീവിതംസാദ്ധ്യമാക്കിയത് അധികാരച്ചരടുകളുടെ കാണാക്കുരുക്കിലകപ്പെടാൻ കൂട്ടാക്കാത്ത ചിന്തയുടെയും വാക്കിന്റേയും ഉച്ഛൃംഖലത്വമെന്ന ഒരൊറ്റ ഗുണമാണ്. നമ്മുടെ കാലത്തെ എഴുത്തു ജീവിതങ്ങൾ അവരുടെ ചിന്തയേയുംവാക്കുകളേയും മാത്രമല്ല അധികാര പൂജക്ക് വേണ്ടി സമർപ്പിക്കുന്നത്; അവരുടെ ആത്മബോധത്തെയാകെയാണ് (അങ്ങിനെയൊന്ന് ബാക്കിയുണ്ടെങ്കിൽ). സ്വയംതങ്ങളെത്തന്നെയാണ്. അവരുടെ ഇന്നലേയേയുംഇന്നിനേയുമാണ് പണയപ്പെടുത്തുന്നത്. നാളെയെക്കുറിച്ചുള്ള സ്വപ്നങ്ങൾ പോലും തയ്യാറാക്കി വിതരണംചെയ്യാൻ കോർപ്പറേറ്റുകൾ സജ്ജരായിത്തീരുന്ന അവസ്ഥ ഇവിടെയുണ്ട്. ചിന്തിച്ചും ഭാവനകൾ നെയ്തും എഴുത്തുകാരൻ സമയം മെനക്കെടുത്തേണ്ടതില്ല. മാനംവിറ്റ് സ്ഥാനം നേടാനുള്ള കഴിവാണ് വേണ്ടത്. അതിനുള്ള സന്നദ്ധതയാണ് നമ്മുടെ കാലത്തെ സാഹിത്യ - സാംസ്കാരിക വളർച്ചയുടെ നിദാനം. അത് അനുസരണയോടെ നിറവേറ്റാൻ പ്രതിജ്ഞാബദ്ധരാവുന്നവരെയാണ് അധികാരസ്ഥരും പ്രസാധകരും മാത്രമല്ല പാവം വായനക്കാരൻ പോലും ഇന്ന് അന്വേഷിക്കുന്നത്. രാഷ്ട്രീയ വ്യവസ്ഥ അമിതാധികാര വാഴ്ച്ച അടിച്ചേൽപ്പിക്കുമ്പോഴും കോർപ്പറെയിറ്റ് സംസ്കാരം നാടിന്റെ പൊതുസംസ്കാരമായി അംഗീകരിക്കപ്പെടുമ്പോഴും മാപ്പുസാക്ഷിയാകുന്നത് പാവങ്ങളിൽ പാവങ്ങളായ കീഴ്ത്തട്ട് ജനതയാണ്. അഭിജാതമായ എഴുത്തിന്റെ ലോകത്തിലും അടിത്തട്ടിലെ ദസ്യുക്കളുടെ സ്ഥാനത്ത് അവരോധിക്കപ്പെടുന്നതിൽ പൂർണ്ണസംതൃപ്തി അനുഭവിക്കുന്ന, അലോസരപ്പെടുത്തുന്ന ചോദ്യങ്ങൾ ചോദിക്കാത്ത ഒരു വായനാസമൂഹത്തെ തങ്ങൾക്കനുകൂലമാക്കി വളർത്തിയെടുക്കാൻ അധികാരസ്ഥർ ബദ്ധശ്രദ്ധരാണ്. ഉടമ വർഗ്ഗം ഏത് ആകാരമെടുത്താലുംഅതിനെ തിരിച്ചറിയാനുള്ള രാഷ്ട്രീയ ബോധം പ്രാഥമികമായ ഒന്നാണ്. അതിനേക്കാൾ പ്രധാനവും പ്രസക്തവുമാണ് നമ്മുടെ കാലത്തെ അടിമവർഗ്ഗത്തിന്റേയും അടിമബോധത്തിന്റേയും രൂപാന്തരങ്ങൾ.

സൂക്ഷ്മമായുള്ള നോട്ടം ഒട്ടും സംശയം കൂടാതെ നമ്മെ ബോദ്ധ്യപ്പെടുത്തും: നാലുകാലിലിഴയുന്ന നിശ്ശബ്ദ രോദനങ്ങൾ നമ്മുടേത് കൂടിയാണെന്ന്. അടിമകളുടെ പ്രതിരൂപങ്ങൾ നമ്മുടേത് തന്നെയാണെന്ന്!

അഭിശപ്തമായ കാലത്തെ കുറ്റപ്പെടുത്തിയുംഅപചയാവസ്ഥയെ ശാപവാക്കുകൾ കൊണ്ടു പൊതിഞ്ഞും നിഷ്കളങ്കത ചമഞ്ഞിരിക്കാൻ മറ്റേവരേയുംപോലെ എഴുത്തുകാരനുമാവില്ല എന്ന് നാമറിയേണ്ടതുണ്ട്. നമ്മുടെ കാലവും ദേശവും അക്ഷരജ്ഞാനികളെക്കൊണ്ട് നിറഞ്ഞതാണ്. സാക്ഷരരെങ്കിലുംയഥാർത്ഥത്തിൽ നിരക്ഷരരാണ് അധികം പേരും. അക്ഷരം വെളിച്ചം പകരുമെന്നത് പോലെ ഇരുട്ടിനേയുംപ്രസരിപ്പിക്കുമെന്നത് കേരളത്തിന്റെ അനുഭവസത്യമാണ്. ഇരുപതാംനൂറ്റാണ്ടിലെ മദ്ധ്യവർഗ്ഗമലയാളി അക്ഷരത്തിന്റെ പ്രകാശത്തിലാണ് അറിവിന്റേയും ഉപജീവന്റേയും വഴി കണ്ടെത്തിയതെങ്കിൽ ഇരുപത്തൊന്നാംനൂറ്റാണ്ടിൽ അക്ഷരം ഇരുട്ടിന്റെ രക്ഷസ്സുകളായി പരിണമിക്കുകയും ഹിംസയുടെ അവതാരങ്ങളായി പെറ്റുപെരുകുകയുമാണ്. മതത്തിന്റെ, ജാതിയുടെ, വംശത്തിന്റെ, ദേശത്തിന്റെ, കക്ഷിരാഷ്ട്രീയത്തിന്റെ, ജനാധിപത്യ വിരുദ്ധതയുടെ അധികാര പ്രയോഗങ്ങൾ അക്ഷരത്തിന്റെ ചെലവിലാണ്. ഒരേസമയം അമൃതമായും മൃതമായും പരിണമിക്കാനുള്ള അപൂർവ്വ സിദ്ധി അക്ഷരത്തെ ഒന്നുകിൽ ജീവിതത്തിന്റെ അല്ലെങ്കിൽ മരണത്തിന്റെ ദേവതയാക്കി ഇവിടെ മാറ്റിത്തീർത്തുകഴിഞ്ഞിട്ടുണ്ട്. അക്ഷരവും വാക്കുകളും ജീവിതത്തിലും കലയിലും സ്വത്വത്തിന്റെ ആവിഷ്കരണോപാധികളായി സ്വീകരിച്ചവരെയെല്ലാം ഇത് ഏറ്റവും അസ്വസ്ഥമാക്കേണ്ടതുണ്ട്. വിതച്ച അക്ഷരവിത്തുകളെല്ലാം പതിരാവുന്നത് എഴുത്തിന്റെ വിളഭൂമിയെ മരണം ഗ്രസിക്കുമ്പോഴാണ്; സാംസ്കാരികമായ ഒരു മഹാശൂന്യത വലയം ചെയ്യുമ്പോഴാണ്.

ഏതാണ്ട് ഒരു ദശാബ്ദംമുമ്പാണ് കുഞ്ഞപ്പ പട്ടാന്നൂരുമായി ചേർന്നുള്ള ഒരു രചനയിൽ (വർഗ്ഗഭാവുകത്വം) കേരളീയ ഭാവുകത്വത്തിന്റെ വ്യാജ പരിണാമത്തെക്കുറിച്ചുള്ള ചിന്തകൾ സംയുക്തമായി അവതരിപ്പിച്ചത്. ആവശ്യമായ മനനത്തിന്റേയുംഅനുഭവങ്ങളുടേയും പിൻബലത്തിലാണ് അന്നെഴുതിയ പുസ്തകത്തിൽ അത്തരമൊരു സങ്കൽപ്പനം രൂപീകരിക്കപ്പെട്ടത്. അതിലെ 'വ്യാജഭാവുകത്വം' എന്ന വാക്കിന്റെ (ആശയങ്ങളുടേയും) ചേരുവയ്ക്ക് ഒട്ടേറെ അർത്ഥവ്യാപ്തി കൈവന്നിരിക്കുന്നു. നമുക്ക് നമ്മെ സ്വയം കണ്ടെത്താനും കണ്ടെത്തിയത് നിർവ്വചിക്കാനും നാം ജീവിക്കുന്ന കാലത്തേയും ദേശത്തേയും ഭാഷയേയും കലയേയും സംസ്കാരത്തേയുമെല്ലാം സാകല്യരൂപത്തിൽ സംഗ്രഹിക്കാനും ഒരൊറ്റ പദം ഉതകുമെങ്കിൽ അതിന് ഇന്നും നിർദ്ദേശിക്കപ്പെടുന്നത് 'വ്യാജം'എന്ന ഒരേയൊരു പദം തന്നെയാകും- തികഞ്ഞ

യാഥാർത്ഥ്യബോധത്തോടെയും ഉത്തരവാദിത്തത്തോടെയുമായിരിക്കും ഇത്തരമൊരു ഉൾക്കാഴ്ച്ചയും ആശയസങ്കൽപ്പനവും മുമ്പെന്നത് പോലെ ഇപ്പോഴും അവതരിപ്പിക്കപ്പെടുന്നത്; ഒട്ടും സന്ദിഗ്ദ്ധതകളില്ലാതെ - ഒരൊറ്റ വ്യത്യാസം മാത്രമേ ഇപ്പോഴുള്ളൂ. വ്യാജപ്പകർപ്പുകൾക്ക് ഇതര മേഖലകളിലും ഇന്ന് സ്വീകാര്യതയും ബഹുമാന്യതയുംകൈവന്നു കഴിഞ്ഞിരിക്കുന്നു. വർത്തമാന സംസ്കാരത്തിന്റെ അംഗീകൃത അടയാളങ്ങളായി മാറിക്കഴിഞ്ഞിരിക്കുന്നു വ്യാജമുദ്രകൾ.

അക്ഷരവടിവോടെ ഉച്ചരിക്കുന്ന വാക്കുകൾക്ക് ഇവിടെ യാതൊരു ക്ഷാമവുമില്ല. അവയിലധികവും വ്യാജമായുള്ള ഉരിയാടലുകളാണെന്ന് മാത്രം! നൈസർഗികമായി പൊട്ടിപ്പുറപ്പെടുന്ന വാക്കുകൾക്കാണ് ക്ഷാമം. സ്വാഭാവികമായി ഉച്ചരിക്കുന്നവ. നൂറു മേനി സാക്ഷരതയുള്ളനാട്ടിൽ മുളയ്ക്കുന്നതധികവും നട്ടാൽ പൊടിക്കാത്ത നുണയുടെ വിളകൾ! സത്യം നിലവിളികൾ മാത്രമാണെന്നും അകത്തളത്തിൽ നിന്നും അടുക്കളയിൽ നിന്നും തെരുവിൽ നിന്നും ഉയരുന്നത് അമ്മമാരുടേയും കുഞ്ഞുങ്ങളുടേയും വൃദ്ധരുടേയും നെഞ്ചുപൊട്ടുന്ന കരച്ചിലുകളാണെന്നും തിരിച്ചറിയാൻ എഴുത്തുകാരന് ഇനിയും എത്ര കാലംവേണ്ടിവരും ?

രണ്ട്
'അടിമബോധമോ വിമോചനമോ ?'

പല കാരണങ്ങൾ കൊണ്ട് നാം നമ്മുടെ വാക്കുകളേയും പ്രവൃത്തികളെയും ഏകശാസനാ രൂപത്തിൽ പരിമിതപ്പെടുത്തിയിട്ടുണ്ട് -- ഏകശിലാശാസനങ്ങളെന്ന് വിളിക്കാവുന്നവ. ഞാൻ കൊത്തി വെച്ചത്, ഞാൻ വരക്കുന്നത്, ഞാൻ മൊഴിയുന്നത്, ഞാൻ എഴുതുന്നത് -- അതാണ് ശരി, അതു മാത്രമാണ് ശരി, അതു മാത്രമേ ശരിയാകുകയുള്ളൂ: മുരട്ടു വാദമെന്ന് ചിലർ ഇതിനെ വിളിച്ചു. ശാസനയുടെ സ്വഭാവമാണ് അതിന്. എല്ലാ ശരികളേയും ഒന്നിലേക്ക് ചുരുക്കാനുള്ള പ്രവണതയാണിത്. അതിൽ ഒരു ലളിതവൽക്കരണമുണ്ട്. ഇ. എം. എസ്സിന്റേയും മറ്റും വാക്കുകളിൽ ഇതിന്റെ സ്വാധീനം വളരെ കൂടുതലായുണ്ട്. അന്നത്തെ സാഹചര്യത്തിൽ അത് അനിവാര്യമായിരുന്നിരിക്കാം. ക്ലാസ്സിക്കൽ മാർക്സിസമെന്ന് വിളിക്കുന്ന തത്ത്വസംഹിതയെ നമ്മളുൾക്കൊണ്ടത് അങ്ങനെയാണ്. സോവിയറ്റ് മാർക്സിസത്തിന്റേയും ചൈനീസ് കമ്യൂണിസത്തിന്റെയും സ്വാധീനങ്ങൾ അതിലുണ്ട്. തൊള്ളായാരത്തി ഇരുപതുകളിലോ മുപ്പതുകളിലോ അത് ആവശ്യമായിരിക്കാം. എതിരിട്ടു വന്ന പ്രസ്ഥാനമാണ് അന്ന്. എതിരിട്ടു വളർന്നതുമാണത്. അതിനാൽ അന്നതിനു ന്യായീകരണമുണ്ട്. എന്നാൽ അമ്പതുകളിലും

അറുപതുകളിലും അതിന്റെ സ്വാധീനം നിലനിന്നു പോന്നതിന് ന്യായീകരണമില്ല. അമ്പതുകളെ തുടർന്ന് ഇന്ത്യയിലും ലോകത്തിലുമുണ്ടായ മാറ്റങ്ങളെ നാംകണക്കിലെടുത്തില്ല. പ്രായോഗിക രാഷ്ട്രീയത്തിൽ അന്നന്നത്തെ ആവശ്യത്തിനനുസരിച്ച് ഓരോ സന്ദർഭത്തിലും ഓരോ ശരികളെ കണ്ടെത്തി. ആവശ്യത്തിനനുസരിച്ച് അവ നടപ്പാക്കുകയും ചെയ്തു. ആശയപരമായ പുനർനിർവ്വചനങ്ങൾ ഉണ്ടായില്ല. ഇത് വളരെ നിർഭാഗ്യകരമാണ്.

നിർഭാഗ്യം കാരണം എത്തിപ്പെടാവുന്ന തെറ്റായ എല്ലാ 'ഔന്നത്യ'ങ്ങളിലും എല്ലാ 'പടുകുഴികളി'ലും നമ്മളെത്തിപ്പെട്ടിട്ടുണ്ട്. ഒരുപാട് ശരികളിലും ഒരു പാട് തെറ്റുകളിലും എത്തിപ്പെട്ടിട്ടുണ്ട്. ഇതൊക്കെക്കൂടിയാണ് ഇന്നത്തെ ഇന്ത്യൻ മാർക്സിസത്തിന്റേയും കേരളീയ മാർക്സിസത്തിന്റേയും അവസ്ഥയെ രൂപപ്പെടുത്തിയത്. ഇതിന്റെ ചരിത്രഭാരങ്ങൾ മിക്കപ്പോഴും അനേകം വിഴുപ്പുഭാണ്ഡങ്ങളായി ഇന്ന് ജീവിക്കുന്ന ആളുകളുടെ മുതുകത്തുണ്ട്. നമ്മളെയും അവ സ്വാധീനിച്ചിട്ടുണ്ട്. ഇവയിൽ നിന്ന് വ്യത്യസ്തമായ ചില സ്വാധീനതകൾ നമ്മളിലുംപ്രവർത്തിക്കേണ്ടതായുണ്ട്. ഇന്നത്തെ കാലത്തിന്റെ ലോകബോധത്തോടും സാമൂഹിക ബോധത്തോടും നീതി പുലർത്തുന്ന ഒരു ആത്മബോധം നമ്മളോരുത്തർക്കുംഉണ്ടാകേണ്ടതുണ്ട്. 'ആത്മബോധത്തിന്റെകേരളീയ മാതൃക' എന്ന് നമുക്കതിനെ പേരിട്ടു വിളിക്കാം.

ഏറ്റവും ലളിതമായി പറഞ്ഞാൽ നമ്മുടെ വാദങ്ങൾക്കൊപ്പംമറ്റനേകം വാദങ്ങളും ഇവിടെ നിലനിൽക്കുന്നുണ്ട് എന്ന അറിവാണത്; അവയ്ക്കെല്ലാം നിലനിൽക്കാനുള്ള അർഹതയുണ്ട് എന്ന അറിവുകൂടിയാണത്. വെറുമൊരു അറിവായല്ല, ഉദാരമായ ബോധമോ മനസ്സിലാക്കലോ ആണത്. നമുക്ക് നമ്മുടെ വാദത്തിൽ ഉറച്ചുനിൽക്കാം; അതോടൊപ്പം വേറെയും വാദങ്ങളുണ്ട്, വേറെയും വീക്ഷണങ്ങളുണ്ട് എന്ന അറിവ് പ്രധാനമാണ്. അവയെയെല്ലാം അഭിമുഖീകരിക്കാനുള്ള സന്നദ്ധതയും നമുക്കുണ്ടാകേണ്ടതുണ്ട്. നമ്മുടെ ശരിയോടൊപ്പം, അല്ലെങ്കിൽ അതിനേക്കാളുമുപരി, വേറെയും ശരികളുണ്ട്.

ഒരു വാദത്തെയും അതിന്റെ ശരിയേയുംമാത്രംവെള്ളം കടക്കാത്ത അറയിലാക്കി അടച്ചിടാനാവില്ല. ഗോർബച്ചേവ് പറഞ്ഞ അർത്ഥത്തിലല്ല. ആരോഗ്യകരമായ കൊടുക്കൽ വാങ്ങലുകൾ നടക്കണം-- വിനിമയംതന്നെ. ആശയങ്ങളുടെ ലോകത്തും കലകളുടെ ലോകത്തും; ആദാനപ്രദാനങ്ങളിലൂടെ ആശയങ്ങൾ ശക്തിയാർജ്ജിക്കുകയേയുള്ളൂ; കലയും സാഹിത്യവും കൂടുതൽ ആരോഗ്യകരവും ഭാവനാത്മകവുമാവുകയേയുള്ളൂ. ചരിത്രത്തിൽ ശരിയായത് എന്നും ശരിയാകണമെന്നില്ല; തെറ്റ് എന്നും

തെറ്റാകണമെന്നുമില്ല. ഈ ബോധംആരെയുംഭയപ്പെടുത്തേണ്ടതില്ല. താൽക്കാലികമായ ശരികളും തെറ്റുകളും അന്തിമമായി എന്തായിത്തീരുമെന്ന് പറയാനാവില്ല. അന്തിമമായ ശരിയും തെറ്റും, ചരിത്രത്താൽ തീരുമാനിക്കപ്പെടേണ്ടതാണ്. ഇന്ന് ജീവിക്കുന്ന നമ്മളോടു കൂടി എല്ലാ കാര്യവും തീരുമാനിക്കപ്പെടുകയില്ല. തത്ത്വവാദങ്ങൾ, ആശയങ്ങൾ, കലകൾ, സാഹിത്യചിന്തകൾ --എല്ലാംഎവിടെയും നിൽക്കുന്നില്ല; ഒന്നും എവിടെയും നിലയ്ക്കുന്നുമില്ല.

ഓമിക്രോൺ യാദൃച്ഛികമായി പിറവിയെടുത്തതല്ല എന്ന് നമുക്കറിയാം. ശാസ്ത്രം അത് പ്രതീക്ഷിച്ചതാണ്. വൈറസിന്റെ ലോകത്ത് മാത്രമല്ല, ആശയങ്ങളുടെ ലോകത്തും, രാഷ്ട്രീയാശയങ്ങളുടെ ലോകത്തും,ഓമിക്രോൺ ജന്മമെടുത്തു കഴിഞ്ഞിട്ടുണ്ട്. ഫാസിസം ബാഹ്യമായ ഒരു ആശയപ്രതിഭാസമല്ലെന്നും നമ്മുടെ ജീവിതത്തിന്റെ ഭാഗം തന്നെയായി അത് മാറിക്കൊണ്ടിരിക്കുകയാണെന്നും നാംകുറെശ്ശെയായി മനസ്സിലാക്കി വരുന്നു. ഫാസിസത്തിനും മാർക്സിസത്തിനുമിടയിലെ അതിരുകൾ അതിവേഗത്തിൽ ഇല്ലാതായി വരികയാണെന്നത് സവിശേഷമായ ഒരു കേരളീയാനുഭവമാണ്; കേന്ദ്രഭരണകൂടം നടപ്പാക്കുന്ന അമിതാധികാരനയങ്ങളെ പ്രതിരോധിക്കുകയാണെന്ന് ബാഹ്യമായി ഭാവിക്കുകയും ഫലത്തിൽ തികച്ചും പ്രതിലോമമായ ഒരു രാഷ്ട്രീയ ബോധത്തെ നിർമ്മിച്ചെടുക്കുകയുമാണ് കേരളത്തിലെ 'ഔദ്യോഗിക' ഇടതുപക്ഷം. ജനതയുടെയാകെ ചരിത്രാനുഭവങ്ങളും രാഷ്ട്രീയ ബോദ്ധ്യങ്ങളുമാണ് കബളിപ്പിക്കപ്പെടുന്നത്. 'സ്റ്റാലിനിസ'ത്തെക്കുറിച്ച് ഒരുപാട് അഭിപ്രായ വ്യത്യാസങ്ങൾ ഇന്ന് നിലവിലുണ്ട് -- അതനുഭവിച്ചവർക്കിടയിലല്ല, അതിന്റെ സത്യം അന്വേഷിക്കുന്ന ചരിത്രകാരന്മാർക്കിടയിൽ. എന്നാൽ നമ്മുടെ കൺമുന്നിൽ നടക്കുന്ന കാര്യങ്ങളെക്കുറിച്ച് അഭിപ്രായ വ്യത്യാസങ്ങൾ ഉണ്ടാവേണ്ട കാര്യമല്ല. മാർക്സിസത്തിനുംഫാസിസത്തിനുമിടയിൽ ഇവിടെ അതിരുകൾ നഷ്ടപ്പെടുകയാണെന്നത് പ്രത്യക്ഷ സത്യമാണ്. ആഗോളീകരണവും മാർക്സിസവുമായി ഉണ്ടായിക്കൊണ്ടിരിക്കുന്ന ജനിതക സംയോജനങ്ങൾ, അതിലൂടെ രൂപപ്പെട്ടു വരുന്ന ആശയരക്ഷസ്സുകൾ,അതെത്രമാത്രം ഹിംസാത്മകവും രാക്ഷസീയവുമായാണ് ആളുകളുടെ ജീവിതത്തെയും മനസ്സിനേയും വിഴുങ്ങാൻ പാകത്തിൽ ഭീമാകാരമായി വളർന്നുവരുന്നത് എന്ന് നാം അറിയുന്നുണ്ട്.

കോർപ്പറേറ്റ് മൂലധനവും മാർക്സിസവുമായുള്ള വിയോജിപ്പുകൾക്ക് അതിവേഗം കേരളത്തിലും പ്രസക്തി ഇല്ലാതാകുകയാണ്. ആഗോളീകൃത സാമ്രാജ്യത്വവുമായി ഉണ്ടായിരുന്ന എല്ലാ പരമ്പരാഗത വിയോജിപ്പുകളും യോജിപ്പുകളായി മാറുന്ന കാലമാണിത്.

മുതലാളിത്തവുമായുള്ള അഭിപ്രായ വ്യത്യാസങ്ങളെല്ലാം അക്ഷരാർത്ഥ ത്തിൽ വാക്കിലും പ്രയോഗത്തിലും ഇല്ലാതാവുകയാണ്. കേരളത്തിൽ ഇന്ന് നിർമ്മിക്കപ്പെടുന്നത് സവിശേഷമായ ആശയമാതൃകകളാണ്. ശ്രദ്ധാപൂർവ്വം നിർമ്മിച്ചെടുത്ത ആശയച്ചേരുവകളുടെ ഉപഭോക്താ ക്കളാക്കി ഒരു ജനതയുടെ മനസ്സുകളെ മുഴുവൻ അതി വേഗത്തിൽ മാറ്റിയെടുക്കുമ്പോഴുള്ള കെടുതികളാണ് നാമിന്നനുഭവിക്കുന്നത്. മദ്ധ്യ വർഗ്ഗ കാപട്യങ്ങളെ പ്രായോഗികമായും രാഷ്ട്രീയമായുംപൂർണ്ണമായി സ്വീകരിക്കാൻ തീരുമാനിച്ചുറച്ച ജനമനസ്സുകളെ രക്ഷിക്കാൻ ആർക്കു മാവില്ല. ആത്മീയമായി വന്ധ്യംകരിക്കപ്പെട്ട ശൂന്യമനസ്സുകൾക്കകത്ത് നാലുകാലിൽ ഇഴയുന്ന നിസ്സഹായ നിലവിളിമാത്രം ബാക്കിയുണ്ട്. അടിമയുടെ കരച്ചിൽ. കലയുടെ സംവേദനക്ഷമതക്ക് ഒരുപക്ഷെ അത് ഉൾക്കൊള്ളാൻ കഴിഞ്ഞേക്കും. ആത്മബോധത്തിന്റെ ആദ്യാക്ഷര പാഠം പഠിക്കുന്ന എഴുത്തുകാരന് അതിൽനിന്ന് വാക്കിന്റെ കനലെരി യാക്കാൻ എന്നെങ്കിലും കഴിഞ്ഞേക്കും.

കേരളത്തിൽ എന്തും വിൽക്കപ്പെടും: ആളുംആശയവുംഉൽപ്പന്നവും എന്തും. വ്യവസായോൽപ്പന്നം വിറ്റഴിക്കപ്പെടുന്നതും ആശയങ്ങൾ ചെല വാകുന്നതും ഇവിടെ ഒരേ ന്യായമനുസരിച്ച്. സംസ്കാരത്തിന്റേയും വ്യഭിചാരത്തിന്റേയും കമ്പോള സൂചികക്ക് തമ്മിൽ അത്ഭുതകരമായ സാമ്യം. മണ്ണും മനുഷ്യനും പ്രകൃതിയും പൈതൃകവും കായലും കരകളും രുചികളും ശരീരങ്ങളും കാഴ്ച്ചകളുമെല്ലാം വിറ്റഴിക്കപ്പെടുന്ന നാട്ടിൽ 'മാർക്സിസ'വും കൗതുകമുണർത്തുന്ന ഒരു പ്രദർശന വസ്തുവായോ ചരിത്ര കൗതുകമായോ നാളെ ഒടുങ്ങിത്തീർന്നാൽ ആളുകൾ ഒട്ടും അമ്പരക്കുകയില്ല. കിഴക്കൻ യൂറോപ്പിലേക്കും മുൻ സോവിയറ്റ് യൂണി യനിലേക്കും സമാനമായ ഉദാഹരണങ്ങൾ അന്വേഷിച്ച് ആളുകൾക്ക് അലയേണ്ടി വരില്ല. സഹോദര സഖാക്കൾ പടിഞ്ഞാറൻ ബംഗാളി ലുംത്രിപുരയിലും കെട്ടിപ്പടുത്ത 'കമ്യൂണിസ്റ്റ് കോട്ടകൾ' മിക്കതും ഉള്ളുറ ക്കുത്തിയ നോക്കുകുത്തികളായി കേരളത്തിന് വഴി കാട്ടുന്നുണ്ട്. രാഷ്ട്രീ യമായ ഇച്ഛാശക്തി നശിച്ച ഒരു ഇടതുപക്ഷ സമൂഹത്തിന് നാളേക്ക് വേണ്ടി നിക്ഷേപിക്കാൻ ബാക്കിയാവുക അനധികൃത സമ്പാദ്യങ്ങളും അവസാനിക്കാത്ത ആർത്തിയും അടിമയുടെ ഒടുക്കത്തെ ഭയവും മാത്രമാകും.

എം.എൻ. വിജയന്റെ ചിന്തകളെ നിർവ്വീര്യമാക്കിയതിന്റെ അനന്തര ഫലംകൂടിയാണ് കെടുതികളുടെ ഇന്നത്തെ വിളവെടുപ്പ്. എം എൻ. വിജയൻ ഒരാൾ മാത്രമല്ലെന്നും ഗംഭീരമായ പ്രതിരോധാശയംകൂടി യാണെന്നും ഇന്ന് തിരിച്ചറിയപ്പെടുന്നുണ്ട്. അതൊരു മരുന്നായിരുന്നു.

ആ മരുന്നിനെയാണ് നിർവ്വീര്യമാക്കി ഇവിടെ പുതിയ ജനിതകമാറ്റ ത്തിലൂടെ പുത്തൻ ഓമിക്രോണുകളെ സമൂഹശരീരത്തിലാകെ സന്നി വേശിപ്പിച്ചിരിക്കുന്നത്. ബാഹ്യപ്രതിഭാസമൊന്നുമല്ല ഇത്. ഓരോരു ത്തന്റെയും ഉള്ളിൽ കടന്നു ചെന്ന് അവനെ മാറ്റിത്തീർക്കുകയാണ്. അതു കൊണ്ടാണ് അനേകായിരങ്ങൾ വരുന്ന പാർട്ടി അനുയായികൾ ഇപ്പോൾ ഒരേ സ്വരത്തിൽ സംസാരിക്കുന്നത്: ഇംപീരിയലിസത്തിനു വേണ്ടി; ഗ്ലോബലൈസ്ഡ് ഇംപീരിലിസത്തിന് വേണ്ടി. അതുണ്ടാക്കുന്ന കെടുതികൾ അവർക്ക് പ്രശ്നമല്ല. അങ്ങനെ വരുമ്പോൾ പരമ്പരാ ഗതമായി വിഭജിക്കപ്പെട്ട ആശയങ്ങളുടെ ചേരിയിൽ നിങ്ങളെവിടെ നിൽക്കുന്നു എന്ന ചോദ്യത്തിന് യാതൊരു അർത്ഥവുമില്ല. അവിടെ നമുക്ക് പുതിയ മട്ടിലുള്ള ജനാധിപത്യ സങ്കൽപ്പങ്ങൾ കൊണ്ടു മാത്രമേ ഇന്നത്തെ കെടുതികളെ നേരിടാൻ കഴിയുകയുള്ളൂ. വളരെ ഉദാരമായ, വളരെ മാനവികമായ ഒരു ജനാധിപത്യ സങ്കൽപ്പം ഇന്ന് ആവശ്യ മാണ്. അതിന്റെ അടിസ്ഥാനത്തിൽ പുനർനിർവ്വചനങ്ങളുണ്ടാകണം -- ആശയങ്ങളേയും മനുഷ്യനേയും.

ഇന്ത്യയുടേതും കേരളത്തിന്റേതുമായ, അനുഭവങ്ങൾ നമുക്ക് പകർന്നു തരുന്ന ചില പാഠങ്ങളുണ്ട്: ഉന്നതമായ ഒരു ജനാധിപത്യ സങ്കല്പം ഉൾക്കൊള്ളാതെ ഒരാൾക്കുംസ്വയം വളരാനും വികസിക്കാനും വിപുല പ്പെടാനും എല്ലാ സങ്കീർണ്ണതകളേയുമുൾക്കൊള്ളാനും കഴിയില്ലെന്ന ഒരു എളിമ ഇപ്പോഴത്തെ ഏറ്റവും പുതിയ വൈറസ് ബാധയുടെ അനു ഭവംപോലും നമ്മെ പഠിപ്പിക്കുന്നുണ്ട്. ചരിത്രത്തിന്റെ ആത്യന്തികമായ ശരികളിലൊന്നായി ഇതിനെ നിർണ്ണയിക്കാമെന്നതിനാൽ ഇനിയും രൂപപ്പെട്ടു കഴിഞ്ഞിട്ടില്ലാത്ത കേരളീയ ആത്മബോധത്തിന്റെ അടിത്തറ തന്നെയായി പുതിയൊരു ജനാധിപത്യ സങ്കൽപ്പം ഇവിടെ യാഥാർ ത്ഥ്യമായിത്തീരേണ്ടതുണ്ട്.

നാലുകാലിലിഴയുന്ന നിശ്ശബ്ദനിലവിളികൾക്ക് നടുവിലാണ് നാടുംജനതയുമെന്ന കാഴ്ച ഇവിടെ പ്രബുദ്ധതയിലേക്കുള്ള ആദ്യത്തെ കൺതുറക്കലായിത്തീരുന്നു. അവയുടെ ഉറവിടങ്ങൾ നമ്മുടെ അടിമമന സ്സുകൾ കൂടിയാണെന്ന ഉൾക്കാഴ്ച്ചയോ ? അത് നാടിന്റേയും നമ്മുടേയും വിമോചനത്തിന്റെ ആദ്യജ്വാല എരിയിക്കലാകുന്നു.

'അടിമമനസ്സുകൾക്കിടം ആത്മനാശം' യഥാർത്ഥത്തിൽ മറ്റുള്ളവ രോടും അവനവനോടു തന്നെയും ഉറക്കെ ചോദിക്കുന്ന ചോദ്യമിതാണ്: 'അടിമബോധമോ വിമോചനമോ ?'

പുരോഗമന സാഹിത്യ പ്രസ്ഥാനത്തെ രക്ഷിക്കാനാരുണ്ട്?

പുരോഗമന സാഹിത്യപ്രസ്ഥാനം ഇന്ന് വ്യക്തിവൽക്കരണത്തിന് പിറകെയാണ്. 'വ്യക്തിബിംബ'ങ്ങളിലാണ് അവർ അഭയം കണ്ടെത്തുന്നത്. 'വ്യക്തിവൽക്കരണ'ത്തിന്റെ പക്ഷം ചേർന്ന് നിൽക്കുന്നത് മദ്ധ്യവർഗ്ഗസമൂഹത്തിൽ പ്രസ്ഥാനത്തിന് കൂടുതൽ 'സ്വീകാര്യത'യും 'മാന്യത'യുമുണ്ടാക്കും. പക്ഷെ രൂപീകരണകാലത്തെ പ്രവർത്തനലക്ഷ്യങ്ങളും, ആശയപരമായ പ്രതിബദ്ധതയും ഇല്ലാതാകുന്നതോടെ പ്രസ്ഥാനത്തിന്റെ ശിഥിലീകരണവും ആരംഭിക്കുന്നു. സാമൂഹ്യമായും വർഗ്ഗപരമായും ഉള്ള കൂട്ടായ്മകൾ പ്രസ്ഥാനത്തിന് നഷ്ടപ്പെടുകയാണ്. സാമൂഹ്യവൽക്കരണം, രാഷ്ട്രീയവൽക്കരണം തുടങ്ങിയവയെക്കുറിച്ച് പരാമർശിക്കുന്നത് പോലും അസംബന്ധമാണെന്ന് വന്നിരിക്കുന്നു. പ്രസ്ഥാനത്തിന്റെ വ്യക്തിവൽക്കരണം, സ്വാഭാവികമായും ഭാവുകത്വലോകത്തെയും വ്യക്തിവൽക്കരിക്കുന്നതിലാണ് ചെന്നെത്തുക. സാഹിത്യഭാവുകത്വം വ്യക്തിവൽക്കരിക്കപ്പെടുന്നത്, ആഗോളീകൃത കാലത്തിന്റെ ഒഴിച്ചുകൂടാൻ പറ്റാത്ത ആവശ്യമാണ്. ഇടതുപക്ഷ-വലതുപക്ഷ കാഴ്ചപ്പാടുകൾ തമ്മിലുള്ള വ്യത്യാസത്തെക്കുറിച്ച് പുരോഗമന പക്ഷത്തുള്ളവർ പോലും നിശ്ശബ്ദതപാലിക്കാൻ തുടങ്ങിയിരിക്കുന്നു. ഒടുവിൽ 'ചരിത്ര'വും 'രാഷ്ട്രീയവും' സാഹിത്യത്തിന് ആവശ്യമില്ലാത്ത

അനാവശ്യവസ്തുക്കളാണെന്ന് 'പ്രാമാണിക'രായ ഇടതുപക്ഷ ചിന്തകർ തന്നെ അഭിപ്രായപ്പെടുന്ന സ്ഥിതിയുണ്ടായിക്കഴിഞ്ഞിരിക്കുന്നു.

കഴിഞ്ഞ രണ്ട് പതിറ്റാണ്ടുകൾക്കുള്ളിൽ പുരോഗമന സാഹിത്യ പ്രസ്ഥാനത്തിലും ഒപ്പം മലയാളസാഹിത്യത്തിലും വളർന്നു ശക്തിപ്പെട്ട പ്രതിഭാസത്തെ (വ്യക്തിവൽക്കരണത്തെ) മനസ്സിലാക്കുകയും എതിരിടുകയും ചെയ്യേണ്ടത് ആവശ്യമാണ്. വ്യക്തിവൽക്കരണം ഒരു യാദൃച്ഛികതയല്ലെന്ന് ആദ്യം തന്നെ തിരിച്ചറിയണം.

കലയിലും ജീവിതത്തിലും വ്യക്തിവൽക്കരണം ഉദാരവ്യക്തിവാദത്തിന്റെ (liberal Individualism) പുത്തൻ പതിപ്പായി തെറ്റിദ്ധരിപ്പിച്ചു പുനരവതരിപ്പിച്ചത് ഒട്ടും നിരുപദ്രവകരമായല്ല. ആഗോളീകരണത്തിനും നവലിബറിസത്തിനും കേരളത്തിലെ ഇടതുപക്ഷ സമൂഹത്തിൽ ആധിപത്യം നേടാനുള്ള അവസരമൊരുക്കുകയാണ് ഇന്ന് 'വ്യക്തിവൽക്കരണം'. സാമൂഹ്യവൽക്കരണത്തിനും വർഗ്ഗവൽക്കരണത്തിനുമെതിരായുള്ള പ്രച്ഛന്നരൂപത്തിലുള്ള ആക്രമണമാണിത്. പത്തൊമ്പതാം ശതകത്തിലെ 'ലിബറൽ ഹ്യൂമനിസ'ത്തിന്റെ പുനരവതാരമായല്ല 'വ്യക്തികർത്തൃത്വങ്ങൾ' ഇന്ന് പിറവിയെടുക്കുന്നത്. ഗൂഢവും കുടിലവുമായ ഉദ്ദേശ്യലക്ഷ്യങ്ങൾ അതിനുണ്ട്. സാംസ്കാരികമായ പ്രതിരോധശേഷി നശിപ്പിക്കുകയും അങ്ങനെ നിർവ്വീര്യമാക്കപ്പെട്ട സമൂഹമനസ്സിനെ അക്രമിച്ചു കീഴടക്കുകയും ചെയ്യുകയെന്ന ഗൂഢദൗത്യം 'വ്യക്തിവൽക്കരണ'ത്തിലൂടെ നടത്തിയെടുക്കേണ്ടതായുണ്ട്.

ആത്യന്തികമായി ആഗോളമുതലാളിത്ത മൂലധനത്തിന്റെ സർവ്വാധിപത്യത്തിനും ഫാസിസത്തിനും വഴിയൊരുക്കുകയെന്നത് വ്യക്തിവൽക്കരണത്തിന്റെ ദീർഘകാല ലക്ഷ്യമാണ്. അതിനാൽ ആഗോളീകരണയുക്തികൾക്ക് കീഴ്പ്പെട്ട് ജീവിക്കുകയാണ് 'എനിക്ക്' ഉചിതമായത് എന്ന് 'വ്യക്തിവൽക്കരണം' ഒറ്റയൊറ്റ മനസ്സുകളെ ബോധവൽക്കരിച്ചുകൊണ്ടേയിരിക്കുന്നു. രാഷ്ട്രീമുക്തമായ മധ്യവർഗ്ഗസമൂഹം അത് പരിശുദ്ധപ്രമാണമായി അംഗീകരിക്കുകയും നടപ്പിലാക്കുകയും ചെയ്യുന്നു.

സാമ്രാജ്യത്വ ആഗോളീകരണത്തിന്റെ ഗൂഢതാത്പര്യങ്ങളാണ്, പുരോഗമനസാഹിത്യ പ്രസ്ഥാനത്തിന്റെ ഇന്നത്തെ അവസ്ഥക്ക് കാരണമെന്ന് വ്യക്തമാക്കാനാണ് ശ്രമിച്ചത്. 'പുരോഗമന വിരുദ്ധത'യുടേയും 'കമ്മ്യൂണിസ്റ്റ് വിരുദ്ധത'യുടെയും പേരിൽ മുൻപ് ശത്രുപക്ഷത്ത് അകറ്റി നിർത്തിയ ആധുനികതാ പ്രസ്ഥാനത്തിന്റെ ആളുകളെ ഒന്നൊന്നായി പുരോഗമന സാഹിത്യ പ്രസ്ഥാനം പൂവിട്ടു പൂജിക്കുന്ന കാഴ്ച നാം കണ്ടുകൊണ്ടിരിക്കുന്നുണ്ട്. പുരോഗമനാശയങ്ങളുടെ നിർവ്വീര്യതയും പിന്മാറ്റവും പ്രതിലോമചിന്താഗതികളുടെ കടന്നുവരവിന്

അനുകൂലമായ സാഹചര്യം സൃഷ്ടിക്കും. ചരിത്രത്തിന്റെ സുനിശ്ചിതമായ പാഠമാണിത്.

'മയ്യഴി'യിലെ തുമ്പികളുടെയും 'ഖസാക്കി'ലെ അപ്പുക്കിളിയുടെ തലയിലെ പേനുകളുടെയും കണക്കെടുക്കാൻ പിറകെ പോകുന്ന ദയനീയ അവസ്ഥയിൽ നിന്ന്, പുരോഗമന സാഹിത്യ പ്രസ്ഥാനത്തെ രക്ഷിക്കാൻ ആർക്ക് കഴിയും? ഏറ്റവും ഒടുവിൽ കണ്ണൂരിൽ നടന്ന പത്തു ദിവസത്തെ 'ടി പത്മനാഭൻ സാംസ്കാരികോത്സവ'ത്തിലാണ് പ്രസ്ഥാനം അതിന്റെ സാന്നിദ്ധ്യമറിയിച്ചത്. സംഗീതമേളകൾ, ചിത്രകാരക്കൂട്ടായ്മകൾ, സാക്ഷാൽ മുതുകാടിന്റെ മാന്ത്രിക വിദ്യകൾ, പോരാത്തതിന് ചലച്ചിത്രതാര സുന്ദരികളുടെ നൃത്തച്ചുവടുകളും- മാർച്ച് മാസത്തിൽ കെട്ടിയാടിയ വടക്കേമലബാറിലെ മറ്റേതൊരു തിറയുത്സവത്തെയും തോൽപ്പിക്കാൻ 'പത്മനാഭൻ ഉത്സവ'ത്തിന് സാധിച്ചിരിക്കുന്നു. ടി. പത്മനാഭൻ ജീവിച്ചിരിക്കെത്തന്നെ ഒരു തിറയാട്ടക്കോലമായി പ്രതിഷ്ഠിക്കപ്പെട്ടിരിക്കുന്നു. മാഫിയകളും അധികാര രാഷ്ട്രീയവും വാണിഭ ശക്തികളും ഒത്തുചേരുമ്പോൾ സംഭവിക്കുന്ന അത്ഭുതകരമായ 'വികസന' മാതൃകക്ക് നമ്മുടെ കൺമുന്നിൽത്തന്നെ ഉദാഹരണം ഉണ്ടായിക്കഴിഞ്ഞിരിക്കുന്നു. പുരോഗമന സാഹിത്യപ്രസ്ഥാനത്തിന് ഇതിലെ സജീവമായ പങ്കാളിത്തം കൊണ്ട് 'വിപ്ലവകരമായ' തങ്ങളുടെ 'കർത്തവ്യം' നിറവേറ്റി എന്ന് അഭിമാനിക്കാം. വ്യക്തിയുടെ സ്വാതന്ത്ര്യം, വ്യക്തിയുടെ ഭാവന, വ്യക്തിയുടെ മാഹാത്മ്യം, വ്യക്തിയുടെ ഓർമ്മകൾ, വ്യക്തിയുടെ ജീവിതം-ടി പത്മനാഭൻ കഥകളിൽ തിരിച്ചും മറിച്ചും കൂട്ടിയും കിഴിച്ചും ഹരിച്ചും ഗുണിച്ചും വീണ്ടും വീണ്ടും പകർത്തിയെഴുതിയും ആവർത്തിക്കപ്പെട്ട ഒരൊറ്റ വ്യക്തിയുടെ ഊതിവീർപ്പിച്ച സങ്കൽപ്പലോകമാണല്ലോ, പുരോഗമന സാഹിത്യപ്രസ്ഥാനം ഒടുവിൽ ചെന്നെത്തിനിൽക്കുന്ന ആദർശലോകം. ഒരാൾക്ക് മെഗലോമാനിയ (ആത്മ മഹത്വബോധം)പിടിപെടുമ്പോൾ ചികിത്സക്ക് വിധേയമാക്കാം. പണ്ടത്തെ ജീവത്സാഹിത്യ പ്രസ്ഥാനത്തിന്റെയും ആദ്യകാല പുരോഗമന സാഹിത്യ പ്രസ്ഥാനത്തിന്റെയും മഹത്തായ പൈതൃകമവകാശപ്പെടുന്ന ഒരു സംഘടനക്ക് ഇതേ രോഗം (വ്യക്തിമഹത്വബോധം) ബാധിക്കുമ്പോൾ അതിനെ രക്ഷിക്കാനാരുണ്ട്?

(2018 മെയ് 26)

ഇപ്പോൾ നാം എന്തു ചെയ്യണം ?[1]

കേരളവുമായി ബന്ധമുള്ള ഏതൊരാൾക്കും ഈ സന്ദർഭത്തിൽ ഇങ്ങനെയൊരു ചോദ്യം നേരിടേണ്ടി വരുന്നുണ്ട്. ഇതിൽ നിന്ന് രക്ഷപ്പെടാനുള്ള വഴി പലരും കരുതും പോലെ മറുചോദ്യങ്ങൾ ചോദിക്കുകയല്ല. മുരട്ടു ന്യായവാദങ്ങൾ നിരത്തുകയുമല്ല. ചരിത്രം നമ്മുടെ താർക്കികയുക്തികൾക്കും ന്യായാന്യായ വാദഗതികൾക്കും സിദ്ധാന്ത ശാഠ്യങ്ങൾക്കും ഒപ്പം ആടുകയും പാടുകയും ചെയ്യുന്ന പാവയല്ല. അധികാരത്തിന്റെയും സമ്പത്തിന്റെയും രാജപാതകൾ വിട്ട് ദുർഘടവും കുഴഞ്ഞുമറിഞ്ഞതുമായ വഴികളിലാണ് ഏതൊരു ജനതയും, നിർണ്ണായകമായ മുഹൂർത്തങ്ങളിൽ ചരിത്രത്തിന്റെ ഈ ചോദ്യത്തിനുള്ള ഉത്തരം കണ്ടെത്തുന്നത്. ഇപ്പോൾ എന്താണ് കേരളത്തെ സംബന്ധിച്ച് ഉയരുന്ന ചോദ്യത്തിനുള്ള സാധ്യമാകുന്ന ഉത്തരം? തിരഞ്ഞെടുപ്പ് ആസന്നമായ ഇത്തരം ഒരു ഘട്ടത്തെ നേരിടേണ്ടതെങ്ങനെ?

കേരളത്തിന്റെ ചരിത്രം, രാഷ്ട്രീയവും സാമൂഹികവും സാംസ്കാരികവുമായ അടിസ്ഥാന പ്രസ്ഥാനങ്ങളെ നേർക്കുനേർ എതിരിട്ടതിന്റെയും അതിജീവനമാർഗ്ഗങ്ങൾ അതാത് സന്ദർഭങ്ങളിൽ സ്വയം കണ്ടെത്തിയതിന്റെയും സാഹസിക ചരിത്രമാണ്. ഇതറിയുന്നവരാരും സമകാലികമായി നേരിടുന്ന ചോദ്യങ്ങളുടെയും പ്രശ്നങ്ങളുടെയും മുമ്പിൽ പതറില്ല. കഴിഞ്ഞ അഞ്ചു നൂറ്റാണ്ടുകൾക്കിടയിൽ കേരളമെന്ന് ഇന്ന

1 കേരളത്തിൽ 2021 ഏപ്രിലിൽ നടന്ന നിയമസഭാ തിരഞ്ഞെടുപ്പിന്റെ പശ്ചാത്തലത്തിൽ എഴുതിയതാണ് തുടർച്ചയായുള്ള ഈ നാല് രചനകൾ.

നാം അടയാളപ്പെടുത്തി വിളിക്കുന്ന ഭൂപ്രദേശം, അതിന്റെ ഭൂസ്ഥിതി, ജനതയുടെ ഭാഷ, ജീവിത സമ്പ്രദായം, സാമ്പത്തികവും രാഷ്ട്രീയവും മതപരവും ജാതീയവുമായ പ്രാമാണ്യത്തിനു വേണ്ടി വ്യത്യസ്ത വിഭാഗങ്ങളും വർഗ്ഗങ്ങളും തമ്മിൽ ഏർപ്പെട്ട അവസാനം കാണാത്ത കലഹങ്ങൾ, കലാപങ്ങൾ- ഇതേക്കുറിച്ചുള്ള അവബോധം ഇരുപത്തൊന്നാം നൂറ്റാണ്ടിൽ കേരളത്തിൽ ജീവിക്കുന്ന ആർക്കും അത്യന്തം ഉദാരമായ സ്വതന്ത്രചിന്താഗതിയും ജനാധിപത്യബോധവും പകർന്നുകൊടുക്കുമെന്നാണ് നമ്മളെല്ലാം പ്രതീക്ഷിക്കുന്നത്. എന്നാൽ സത്യത്തിൽ സംഭവിക്കുന്നത് നേർവിപരീതമായ കാര്യങ്ങളാണ്. ഒരു ദേശത്തിന്റെയും അതിന്റെ രാഷ്ട്രീയ-സാമൂഹ്യ-സാംസ്കാരികാപചയങ്ങളുടെയും പേരിൽ 'അന്യന' മായ ഒരു 'കേരള മാതൃക' സൃഷ്ടിക്കപ്പെട്ടിരിക്കുന്നു. അതിനാൽ നാം ഇന്നുയർത്തുന്ന ചോദ്യം സ്വത്വപ്രതിസന്ധി നേരിടുന്ന ഏതൊരു ജനതയും സ്വയം ചോദിക്കാൻ നിർബന്ധിക്കപ്പെടുന്ന ആ പഴയ(പുതിയ) ചോദ്യം തന്നെയാണ്: അടിമബോധമോ പ്രബുദ്ധതയോ?

'ഇടതുപക്ഷസ്വത്വം' എന്നത് കേരളത്തെ സംബന്ധിച്ചുള്ള ചരിത്രപരവും സാമൂഹ്യശാസ്ത്രപരവുമായ അറിവുകളുടെ പിൻബലത്തോടെ രൂപീകരിക്കപ്പെട്ടു പോന്ന ഒരു സങ്കൽപ്പനമാണ്. ഫുക്യാമയുടെ വാദത്തെ, സാധൂകരിക്കും വിധത്തിൽ, കേരളീയ സ്വത്വത്തെ സംബന്ധിക്കുന്ന സങ്കൽപ്പനം അതിവേഗത്തിൽ തിരുത്തിക്കുറിക്കപ്പെടുകയും, ആഗോളവൽക്കരണത്തിന്റെ മൂല്യവ്യവസ്ഥക്ക് ചേർന്ന 'നവീനസ്വത്വം' രൂപീകരിക്കപ്പെടുകയുമാണ്. ജാതീയവും മതപരവും വർഗ്ഗപരവുമായ അതിർവരമ്പുകളാണ് പുതുക്കിപ്പണിയുന്നത്. നവീനവൽക്കരിക്കപ്പെട്ട പ്രത്യേക ജനുസ്സിലുള്ള ഒരു 'മാർക്സിസ്റ്റ് മാതൃക' ഇവിടെ പിറവിയെടുക്കുകയും ശ്രദ്ധാപൂർവ്വം വളർത്തപ്പെടുകയുമാണ്. അർത്ഥവും ആശയവും അതിനായി യഥേഷ്ടം ഉപയോഗിക്കപ്പെട്ടുപോരുന്നുണ്ട്. ഹിന്ദുത്വഫാസിസത്തെ എതിരിടുകയാണെന്ന് ക്ലാസ്സിക്കൽ മാർക്സിസത്തിന്റെ പദാവലികളുപയോഗിച്ച് ഒരുവശത്ത് പറഞ്ഞുകൊണ്ടിരിക്കുമ്പോൾത്തന്നെ, മറുവശത്ത് ഹിന്ദുത്വ ഫാസിസത്തിനെ പരോക്ഷമായി ന്യായീകരിക്കുന്ന മതപരവും ജാതീയവും വർഗ്ഗപരവുമായ വേർതിരിവുകളൊന്നൊന്നായി നിർമ്മിക്കപ്പെടുകയും ചെയ്യുന്നു. മാർകിസിസ്റ്റ് സങ്കൽപ്പനങ്ങളുടെ ചെലവിൽ നിർമ്മിക്കപ്പെട്ടുകൊണ്ടിരിക്കുന്ന തികച്ചും 'നവീനമായ' കേരളീയ വികസന മാതൃകക്ക് വളരാൻ വെള്ളമായും വളമായും അഴിമതി ഉപയോഗിക്കപ്പെടുന്നു. കേരളീയ സമൂഹത്തെ പരിപൂർണ്ണമായി കീഴ്പ്പെടുത്താനും പ്രതിലോമവൽക്കരിക്കാനും, ഹിന്ദുത്വഫാസിസ്റ്റുകളെ പരോക്ഷമായി സഹായിക്കുന്ന വിധത്തിലാണ് അതിവേഗ പുരോഗതിയുടെ പേരിൽ,

അഴിമതിവൽക്കരിക്കപ്പെട്ട അരാഷ്ട്രീയവികസന അജണ്ട നടപ്പിലാക്കാൻ ഒരുമ്പെടുന്നത്. കർട്ടനു പിന്നിൽ ഒരുങ്ങുന്നത് കോർപ്പറേറ്റ് മുതലാളിത്തത്തിന്റെ ഇടതു വലതു ദല്ലാളുകൾ ചേർന്നു രൂപപ്പെടുത്തിയെടുത്ത 'വികസനവീരഗാഥ'കളുടെ തിരക്കഥകളാണ്. കമ്യൂണിസ്റ്റ് ചൈനയിലും, ലാറ്റിൻ അമേരിക്കൻ രാജ്യങ്ങളിലും പല കിഴക്കൻ യൂറോപ്യൻ രാജ്യങ്ങളിലും 'വിജയകരമായി' പരീക്ഷിച്ചു വരുന്ന ഇടതു വലതു സഖ്യത്തിന്റെ പിൻവാതിൽ പ്രവേശനമാണിത്. കേരളീയ സ്വത്വത്തിന്റെ പൊളിച്ചെഴുത്തായി നാളെ കോർപ്പറേറ്റ് ചരിത്രകാരന്മാർക്ക് വ്യാഖ്യാനിക്കാൻ പാകത്തിൽ, പുരോഗമന ചിന്തയുടെ അടിസ്ഥാന ശിലകളൊന്നൊന്നായി, ബോധപൂർവം ഇവിടെ മണ്ണിട്ടുമൂടുകയാണ്.

നാം വ്യക്തമായി തിരിച്ചറിയേണ്ട കാര്യമുണ്ട്. സിംഗൂരിന്റെയും നന്ദിഗ്രാമിന്റെയും രാഷ്ട്രീവളക്കൂറുള്ള മണ്ണിൽ വേര് പിടിക്കാൻ സാധിക്കാത്ത കോർപ്പറേറ്റ്-വ്യാജ ഇടതുപക്ഷ സഖ്യത്തിന്റെ കേരള പതിപ്പാണ് ഇന്ന് പൂർവ്വാധികം ഹിംസാത്മകമായി ഇവിടെയും ചുവടുകൾ ഉറപ്പിക്കാൻ സാഹസപ്പെടുന്നത്. സിംഗൂരിൽ പറ്റിയ തോൽവിക്ക് ടാറ്റ മറുപടി നൽകിയത് ഹിന്ദുത്വ ഫാസിസത്തിന്റെ തണലിൽ, ഗുജറാത്തിൽ മാറ്റി സ്ഥാപിച്ച കാർ നിർമ്മാണ ഫാക്ടറിയിലൂടെയാണ്. ഇതൊട്ടും യാദൃച്ഛികമായി സംഭവിച്ചതല്ല. ആഗോള കോർപ്പറേറ്റ് മുതലാളിത്തം ഇടത്-വലത് ഭേദമന്യേ ആരെയും വിലക്കെടുത്തും അനുനയിപ്പിച്ചും എതിരിടുന്നവരെ ഭരണകൂട ഹിംസയാൽ നിശ്ശബ്ദമാക്കിയുമാണ് 'മഹത്തായ ഇന്ത്യൻ ജനാധിപത്യ'ത്തിന്റെ 'വികസനപുരോഗതി' രാജ്യമെങ്ങും നടപ്പാക്കുന്നത്. ഇതിൽ തങ്ങളുടെ ചരിത്രപരമായ പങ്ക് നിർവ്വഹിക്കാൻ കേരളീയ ഔദ്യോഗിക ഇടതുപക്ഷം തുടർച്ചകളുള്ള ഒരവസരം കൂടി നൽകാനാണ് ജനങ്ങളോട് ആവശ്യപ്പെടുന്നത്. നമുക്ക് അർത്ഥശങ്കക്കിടയില്ലാത്ത വിധം ജനങ്ങളോട് പറയാനുള്ളത് ഇതാണ്. വലതുപക്ഷത്തിൽ നിന്ന് വ്യത്യസ്തമായി ഇടതുപക്ഷത്തിന്റെ ദൗത്യം അധികാരദല്ലാളുകളും, അവസരവാദരാഷ്ട്രീയക്കോമാളികളും അഴിമതിയുടെ ആൾരൂപങ്ങളുമാവുകയല്ല. ഹിംസാത്മക രാഷ്ട്രീയത്തെ പിൻപറ്റുകയുമില്ല. കേന്ദ്ര-സംസ്ഥാന സർക്കാറുകൾ വെച്ചു നീട്ടുന്ന സൗജന്യവാഗ്ദാനങ്ങൾ ഭക്ഷിച്ച് സ്വയംതങ്ങളെത്തന്നെ പണയപ്പെടുത്തുന്നത്, ഇടതുപക്ഷ സംസ്കാരമല്ല. ഒരു രക്ഷകബിംബത്തെയും, സ്വന്തം രക്ഷയ്ക്ക് ചുമതലപ്പെടുത്തിയ ചരിത്രം, ഇടതുപക്ഷത്തിനില്ല. ചരിത്രം സൃഷ്ടിക്കുന്നത് ജനങ്ങൾ തന്നെ. അത് നിറവേറ്റാനുള്ള അവസരമാണ് ജനങ്ങൾക്ക് കൈവന്നിരിക്കുന്നത്. അതവർ നിറവേറ്റുക തന്നെ ചെയ്യും.

(2021 മാർച്ച് 29)

ജനാധിപത്യവൽക്കരണമോ ആത്മനാശമോ?

കേരളത്തിലെ 'ഔദ്യോഗിക' ഇടതുപക്ഷവും, അതിന്റെ ഭാഗമായ കമ്യൂണിസ്റ്റ് പാർട്ടികളും നിലനിൽപ്പ് ഭീഷണിയെ നേരിടുകയാണിന്ന്. താൽക്കാലിക പരിഹാരങ്ങൾ അസാധ്യമായ അവസ്ഥയിലാണ്. ആത്മ നാശത്തിന്റെ വക്കിൽ, അന്ത്യം ആസന്ന മായ മുഹൂർത്തത്തിൽ എത്തിപ്പെട്ട ഏതൊരാളെയും പോലെ അതിന് സ്വയം തിരിച്ചറിയാൻ കഴിയണമെന്നില്ല. അവസാനത്തിന്റെ ആരംഭമാ യെന്ന്. നിലനിൽപ്പിനാവശ്യമായ ജീവചോദനകൾ, അതിന്റെ തന്നെ ഭാഗമായ സ്വയംഹത്യക്കുള്ള ശക്തമായ പ്രേരണകൾ, ഇതുരണ്ടും ചേർന്ന് പ്രസ്ഥാനത്തെയും പാർട്ടിയേയും കേരളത്തിൽ ആഴമേറിയ പ്രതിസന്ധിയിലാക്കിയിരിക്കുന്നു. രക്ഷാമാർഗ്ഗം നിർദ്ദേശിക്കുക എളു പ്പമല്ല. വീണ്ടുവിചാരങ്ങളിൽ ആർക്കും താൽപ്പര്യവുമില്ല. ആസന്നമായ തിരഞ്ഞെടുപ്പിലെ ജയമോ പരാജയമോ കൊണ്ടാവില്ല കേരളത്തിലെ ഇടതുപക്ഷത്തിന്റെ വിധിനിർണ്ണയിക്കപ്പെടുക. അകത്തും പുറത്തും പാർട്ടി പങ്ക് പറ്റുന്ന അങ്ങേയറ്റം പ്രതിലോമകരമായ ഏകാധിപത്യ പ്രവണതകൾ ഒരു കാര്യം മുൻകൂട്ടി ഉറപ്പിക്കുന്നുണ്ട്. ചൈനീസ്-വടക്കൻ കൊറിയൻ പാർട്ടികളുടെ പിരമിഡ് മാതൃകകളുടെ ഹാസ്യാനുകരണങ്ങ ളായി തികച്ചും ഏകാധിപത്യപരമായി നിലനിൽക്കുന്ന കേരളത്തിലെ പാർട്ടിക്ക് ജനാധിപത്യം അകത്തും പുറത്തും അഹിതകരമാകുന്നതിൽ

അത്ഭുതമില്ല. ഏകാധിപത്യപരമായി അടിച്ചേൽപ്പിക്കപ്പെടുന്ന പാർട്ടി സംഘടനകൾ, ലോകത്ത് മിക്കയിടങ്ങളിലും ഇന്ന് ഉപയോഗിക്കപ്പെടുന്നത്, കമ്മ്യൂണിസ്റ്റ് സങ്കൽപ്പനങ്ങളുടെയും അതിന്റെ ചരിത്രപരമായ പൈതൃകങ്ങളുടെയും ചെലവിൽ കോർപ്പറെയ്റ്റ് മൂലധന താൽപ്പര്യങ്ങളെ സംരക്ഷിക്കാനാണ്. കേരളത്തിലെ അനുഭവവും ഈ വഴിക്കാകുന്നതിൽ ഒട്ടും അതിശയിക്കാനില്ല.

ആഗോളീകരണത്തിന്റെയും നവലിബറൽ മൂല്യവ്യവസ്ഥയുടെയും കടന്നുകയറ്റം, ഇന്ത്യയിലെ വർഗ്ഗ-ബഹുജന സംഘടനകളുടെ സ്വാധീനശക്തിയെ ഗണ്യമായ രീതിയിൽ ദുർബലപ്പെടുത്തി. ജാതി-മത സംഘടനകളും മറ്റു സ്വത്വ പ്രസ്ഥാനങ്ങളും ഇടതുപക്ഷത്തിന്റെ സ്വാധീനമേഖലകളിൽ വേരുറപ്പിക്കുന്നത് തടയാൻ, ഒരു നിലയ്ക്കും മാർകിസിസ്റ്റ് പാഠപുസ്തക വിജ്ഞാനം മാത്രം മതിയാകില്ലെന്നത് പുതിയ ലോകാനുഭവമാണ്. ഇത് മനസ്സിലാക്കുന്നതിൽ പാർട്ടി സംഘടനകൾ പരാജയപ്പെട്ടു. പ്രതിരോധവും പോരാട്ടവും ശക്തമാക്കാൻ അനിവാര്യമായ മുന്നുപാധികളാകേണ്ടിയിരുന്നത് അംഗബലത്തിലെ വർദ്ധന മാത്രമായിരുന്നില്ല. ജനകീയപ്രശ്നങ്ങളെ ആധാരമാക്കിയുള്ള വമ്പിച്ച ജനപങ്കാളിത്തത്തോടെയുള്ള പ്രക്ഷോഭങ്ങൾ കെട്ടഴിച്ചു വിട്ട രാജ്യങ്ങളിലെല്ലാം ഒരുപരിധിവരെയെങ്കിലും, ഫാസിസ്റ്റ് സ്വഭാവം പ്രകടിപ്പിച്ചു തുടങ്ങിയ പാർട്ടികളെയും, ഭരണകൂടങ്ങളെയും, അതിൽ നിന്ന് പിന്തിരിപ്പിക്കാൻ സാധിച്ചത്, ഇടതുപക്ഷ പാർട്ടികൾക്ക് പാഠമാകേണ്ടതായിരുന്നു. തിരഞ്ഞെടുപ്പ് രാഷടീയത്തിൽ മാത്രം പരിമിതപ്പെടുത്തിയ ഒരു 'മാർക്സിസ്റ്റ് ചിന്തയും' അതിന്റെ ആവശ്യങ്ങൾക്കായി അതാത് സന്ദർഭങ്ങളിൽ രൂപപ്പെടുത്തുന്ന പ്രായോഗിക പ്രവർത്തനശൈലിയും കൊണ്ട്, ലോകത്തിലെവിടെയെങ്കിലും ഏതെങ്കിലും ഒരു കമ്മ്യൂണിസ്റ്റ് പാർട്ടി നിലനിന്നുപോന്ന ചരിത്രമില്ല. ലാറ്റിൻ അമേരിക്കൻ രാജ്യങ്ങളിലും, യൂറോകമ്മ്യൂണിസത്തിന്റെ സ്വാധീന മേഖലകളിലുമെല്ലാം, തിരഞ്ഞെടുപ്പ് രാഷ്ട്രീയത്തിന്റെ കളിക്കളങ്ങളെ മാത്രം കണ്ടുകൊണ്ടുള്ള രാഷ്ട്രീയപ്രവർത്തനത്തിനു പകരം ബഹുജന പ്രക്ഷോഭങ്ങളെയും ജനകീയസംഘടനകളെയും മുൻനിർത്തിയുള്ള ജനാധിപത്യപ്രവർത്തന ശൈലി സ്വീകരിക്കാൻ കമ്മ്യൂണിസ്റ്റ് പാർട്ടികൾ നിർബന്ധിക്കപ്പെടുകയാണ് ഇന്ന്. വോട്ടു ബാങ്ക് രാഷ്ട്രീയം വലതുപക്ഷത്തെപ്പോലും തുണയ്ക്കുകയില്ലെന്ന് തിരിച്ചറിയപ്പെടുന്ന ഒരു കാലത്താണ്, ഇന്ത്യയിലെ (കേരളത്തിലെയും!) ഇടതുപക്ഷവും കമ്മ്യൂണിസ്റ്റ് പാർട്ടികളും, ജനങ്ങളെ വോട്ടുബാങ്ക് അക്കൗണ്ടിലെ ജീവനില്ലാത്ത അക്കങ്ങൾ മാത്രമായി കണക്കാക്കി, കവടി നിരത്തി ഭാവി പ്രവചിക്കാനൊരുങ്ങുന്നത്.

ബൂർഷ്വാ ജനാധിപത്യത്തിന്റെ എല്ലാ നേട്ടങ്ങളെയും മേന്മകളെയും മാർക്സും മാർക്സിസവും, ആരംഭകാലം മുതൽക്കേ, സ്വന്തം വളർച്ചക്ക് പ്രാണവായുവായി ഉപയോഗിച്ച് പോന്നിട്ടുണ്ട്. ഇന്ത്യയിലും ഏതാണ്ട് ഒരു നൂറ്റാണ്ട് മുമ്പ് മുളപൊട്ടിയ ആശയവും പ്രസ്ഥാനവും, ബ്രിട്ടീഷ് ഭരണത്തിൻ കീഴിലും, സ്വാതന്ത്ര്യപ്രാപ്തിക്ക് ശേഷവും നിലനിന്ന ജനാധിപത്യാനുകൂല്യങ്ങളെ അതാത് കാലം ഉപയോഗിച്ചാണ്, ശക്തിപ്പെട്ടു പോന്നത്. ആരുടെയും സൗജന്യങ്ങളായി, ജനങ്ങൾക്ക് ജീവിതവഴികളിൽ നിന്ന് വീണുകിട്ടുന്നവയല്ല ജനാധിപത്യ വ്യവസ്ഥയിലെ അവകാശങ്ങളൊന്നും തന്നെ. ജനതയുടെ നെടുനാളത്തെ പോരാട്ടങ്ങളുടെ സമ്പാദ്യങ്ങളാണവയെല്ലാം. തങ്ങൾ കനിഞ്ഞു നൽകുന്ന സൗഭാഗ്യങ്ങളും സൗജന്യങ്ങളുമാണ് ഇന്ന് നിങ്ങൾ അനുഭവിക്കുന്നത് എന്ന് പറയുന്ന ബൂർഷ്വാഭരണാധികാരികളെ, സ്വാതന്ത്ര്യപ്രാപ്തിക്ക് മുമ്പും അതിനുശേഷവും, കാലാകാലങ്ങളായി ജനങ്ങൾ അഭിമുഖീകരിച്ച പോന്നിട്ടുണ്ട്. ഇടതുപക്ഷത്തിന്റെയും, കമ്യൂണിസ്റ്റ് പാർട്ടികളുടെയും പേരിൽ ഭരണാധികാരം കൈയാളുന്നവർ, ജനങ്ങളുടെ ജനാധിപത്യാവകാശങ്ങൾക്ക് യാതൊരു വിലയും കൽപ്പിക്കാതിരിക്കുന്നത്, അതിനാൽ ജനാധിപത്യ വിരുദ്ധം മാത്രമായല്ല തിരിച്ചറിയപ്പെടേണ്ടത്; അതിനെ ബൂർഷ്വാഭരണവ്യവസ്ഥക്കകത്ത് അതിന്റെ വൈകൃതമായി വളരാൻ തുടങ്ങുന്ന ഏകാധിപത്യ പ്രയോഗത്തിന്റെ ബീജരൂപമായാണ് കണക്കാക്കേണ്ടത്. ഇടതുപക്ഷഭരണത്തെ മാത്രമല്ല അതിൽ പ്രധാനപങ്ക് വഹിക്കുന്ന കമ്യൂണിസ്റ്റ് പാർട്ടിയേയും നയിക്കുന്ന പ്രത്യയസംഹിതയായി ഏകാധിപത്യബാധ മൂർച്ഛിച്ചത് കോവിഡ്-19 മഹാവ്യാധിയുടെ കാലത്താണ് എന്നത് ഒട്ടും യാദൃച്ഛികമല്ല. ഇടതു-വലതുപക്ഷ ഭേദമില്ലാതേയാണ് അമിതാധികാര പ്രയോഗത്തിന്റെ ക്ഷുദ്രവൈറസുകൾ ജനജീവിതങ്ങൾക്കുമേൽ അധിനിവേശത്തിനുള്ള സുവർണ്ണാവസരമാക്കി കോവിഡ് കാലത്തെ ഉപയോഗപ്പെടുത്തുന്നത്. സൗജന്യപദ്ധതികളും പാരിതോഷിക വാഗ്ദാനങ്ങളും കൊണ്ട് പെരുമഴപെയ്യിച്ച്, പാർട്ടി സംഘടനകളേയും, സമൂഹമനസ്സുകളെയും നിശ്ശബ്ദമാക്കാനുള്ള കാപട്യം ഏകാധിപത്യ വ്യവസ്ഥക്ക് മാത്രം ചേർന്നതാണെന്ന് ഉറക്കെ വിളിച്ച് പറയാനെങ്കിലും ജനസാമാന്യത്തിന് കഴിയേണ്ടതാണ്. അതിനവരെ പ്രാപ്തരാക്കേണ്ട ഇടതുപക്ഷത്തെ 'പ്രാമാണിക ബുദ്ധിജീവി'കളൊക്കെയും ക്ഷുദ്ര വൈറസ് ബാധക്ക് കീഴ്പ്പെട്ട് അധികാരത്തുടർച്ചയുടെ സുവർണ്ണകാലം സ്വപ്നം കാണുന്ന അടിമമനസ്സുകളായി മാറിക്കഴിഞ്ഞുവെന്നതും സാധാരണ ജനങ്ങൾ അറിയേണ്ടതാണ്.

(2021 ഏപ്രിൽ 2)

ഏപ്രിൽ ആറ്-ചരിത്രത്തിന്റെ 'കൈപ്പിഴകൾ'ക്ക് ഒരു തിരുത്ത്

മനുഷ്യർ ചരിത്രം നിർമ്മിക്കുന്നു. കുറെയധികം ശരികൾ കൊണ്ട്, കുറച്ചു തെറ്റുകൾ കൊണ്ടും. പോരാട്ടങ്ങൾ ശരികളെ നിലനിർത്തും. തെറ്റുകളെ തിരുത്തുകയും ചെയ്യും. എന്താണ് നിലനിർത്തേണ്ടത്? തുടരേണ്ടത് എന്താണ്? മാറേണ്ടതും, മാറ്റപ്പെടേണ്ടതും എന്തൊക്കെ? അന്തിമമായ ഉറപ്പ് ജനങ്ങൾ, ജനങ്ങൾ മാത്രമാണെന്ന് തീരുമാനിക്കപ്പെടുന്നത് 2021 ഏപ്രിൽ 6 നാണ്.

അതിനാലാണ് അസന്ദിഗ്ദ്ധമായി പറയുന്നത്: ചരിത്രത്തിന്റെ കൈപ്പിഴ തിരുത്തേണ്ട ദിവസമാണ് ഏപ്രിൽ ആറ്.

അന്തിമമായ ഉറപ്പ് ജനങ്ങൾ തന്നെയാണെന്ന് പറയുന്നത് ബോധപൂർവമാണ്. ജനങ്ങൾ ചിലപ്പോൾ തെറ്റുകൾ ചെയ്യുന്നത്, ചരിത്രത്തിലെ ശരി അതാണെന്ന ധാരണ കൊണ്ടാണ്. സത്യം തിരിച്ചറിയുമ്പോൾ തെറ്റുകളെ തിരുത്തുന്നു. യാഥാർത്ഥ്യം മുഖാവരണങ്ങളെല്ലാം വലിച്ചുചീന്തി ജനതയെ അഭിമുഖീകരിക്കുകയും നേർക്ക് നേർ അവരോട് പറയുകയും ചെയ്യും: "ഇതാ ഞാൻ ഇവിടെയുണ്ട്. ഒന്ന് മനസ്സിരുത്തിയാൽ കാണാവുന്ന ദൂരത്ത്. ബോധത്തോടെ മനസ്സിന്റെ കണ്ണ് തുറന്ന് വാസ്തവമെന്തെന്ന് തിരിച്ചറിയുക. അഞ്ച് വർഷം മുമ്പ് ശരിയെന്ന്

കരുതി ചെയ്ത തെറ്റുകൾ തിരുത്തപ്പെടേണ്ട സന്ദർഭം ഇതാണ്. ചരിത്രത്തിന്റെ ധീരതകളും സാഹസികതകളും നിർമ്മിക്കപ്പെടുന്നത് ആളുകളുടെ കൈകൊണ്ടും മനസ്സുകൾ കൊണ്ടുമാണ്. അറിയാതെ ചെയ്തു പോകുന്ന വിഡ്ഢിത്തങ്ങൾക്കും ഭോഷ്ക്കുകൾക്കും ഉത്തരവാദിയും ജനങ്ങൾ മാത്രം. അതിനാൽ 2016 ഏപ്രിൽ മാസത്തിൽ ചെയ്ത മഹാവിഡ്ഢിത്തം വീണ്ടും ആവർത്തിക്കാതെ, അന്നത്തെ തെറ്റുകൾക്ക് അറുതിവരുത്തുക!''

അതിനാലാണ് നിർഭയമായും ഒട്ടും ചാഞ്ചല്യം കൂടാതെയും ഇപ്പോൾ പറയുന്നത്:

ജനാധിപത്യമാണ് തുടരേണ്ടത്. സൗജന്യ വാഗ്ദാനങ്ങളിൽ ഒളിപ്പിച്ചു വെച്ച ഏകശാസനകളുടെയെല്ലാം മുനയൊടിക്കുക. ഏകാധിപത്യത്തിന്റെ വേരറുക്കുക!

എന്താണ് കേരള മാതൃക? ചിന്തയുടെയും സർഗ്ഗാത്മക ഭാവനയുടേയും ദാസ്യത്തെ നിരന്തരം പ്രതിരോധിക്കുകയാകുന്നു കേരള മാതൃക. ദാസ്യത്തെ, അടിമബോധത്തെ, എന്തു വിലകൊടുത്തും നേരിടാനുള്ള സന്നദ്ധതയാണ് കേരള മാതൃകയെ സൃഷ്ടിച്ചത്. പ്രാമാണ്യം ഒരു ജാതിക്കും, ഒരു മതത്തിനും ഒരു വിദേശശക്തിക്കും വകവെച്ചു കൊടുക്കാതെ ജനത നൂറ്റാണ്ടുകൾ കൊണ്ട് വളർത്തിക്കൊണ്ടുവന്ന അത്യന്തം ഉദാരമായ സ്വാതന്ത്ര്യ ബോധത്തെയും, സമത്വ മനസ്ഥിതിയേയും, ഒരു രാഷ്ട്രീയ മാഫിയ നൽകുന്ന ഉറപ്പിനു പകരമായി നൽകാൻ കേരളം തയ്യാറാകുമെന്ന് ചരിത്രത്തെക്കുറിച്ച് പ്രാഥമിക ധാരണയെങ്കിലുമുള്ള ആരെയും തെറ്റിദ്ധരിപ്പിക്കാനാവില്ല.

ചരിത്രത്തിന്റെ കൈപ്പിഴകൾ തിരുത്തപ്പെടുന്നത്,അതിനാൽ ആർക്കും തടയാനാവില്ല.

(2021 ഏപ്രിൽ 5)

മെയ് രണ്ട്: നീതിബോധത്തിലെ വൈരുദ്ധ്യങ്ങൾക്ക് പരിഹാരം

ചരിത്രത്തിലെ നിർണ്ണായക സന്ദർഭങ്ങളിൽ നീതി പരിഹാരമാർഗ്ഗമായി ഒരു ജനതയുടെ മുന്നിൽ സ്വയം പ്രത്യക്ഷപ്പെടുകയില്ല. തെറ്റിദ്ധരിപ്പിക്കുന്നതും കബളിപ്പിക്കുന്നതുമായ ദുർഘടവഴികളിൽ കൊണ്ടു ചെന്നെത്തിച്ചും, ശുഭപ്രതീക്ഷാ മുനമ്പുകളെ വിപരീതദിശകളിൽ ചൂണ്ടിക്കാട്ടിയും നീതിദേവത ആളുകളെ പടുകുഴികളിൽ വീഴ്ത്തുന്നു. നീതി ബോധത്തിലെ വൈരുദ്ധ്യങ്ങൾ തുറന്നു കാട്ടപ്പെടുന്ന ദിനം എന്ന് മെയ് രണ്ടിനെ വിശേഷിപ്പിക്കാൻ ഇവിടെ ഒരുമ്പെടുന്നത് സവിശേഷമായ ഈ അർത്ഥത്തിലാണ്.

നീതിബോധത്തിലെ വൈരുദ്ധ്യങ്ങൾക്ക് താൽക്കാലികമായെങ്കിലും പരിഹാരം കണ്ടെത്തുന്നതിൽ ജനത പരാജയപ്പെടുന്ന ദിനം എന്നു കൂടി മെയ് രണ്ട് വിശേഷിപ്പിക്കപ്പെടുമെന്നതിന്റെ സൂചനകളാണ് ഇപ്പോൾ വന്നു കൊണ്ടിരിക്കുന്നത്. ഇത് ഒട്ടും യാദൃച്ഛികമായി സംഭവിക്കുന്നതല്ല. എന്താണ് രാജ്യത്താകെയും കേരളത്തിലും സംഭവിച്ചു കൊണ്ടിരിക്കുന്നത് എന്നതിന്റെ നിരീക്ഷണങ്ങൾ, അവയെ കൃത്യമായി തിരിച്ചറിയാനും പ്രതിരോധിക്കാനും ഉദ്ദേശിച്ച് എഴുതിയ കുറിപ്പുകൾ ('നിശ്ശബ്ദനിലവിളികൾ: വൈറസ് കാലവിചാരങ്ങൾ' എന്ന പേരിൽ പുസ്തകരൂപത്തിൽ സമാഹരിക്കപ്പെട്ടവ)-ഇവയിലെല്ലാം കാര്യങ്ങൾ

സൂക്ഷ്മമായി നോക്കിക്കാണാനും വീണ്ടുവിചാരം ചെയ്യാനും ശ്രമിക്കുന്നവർക്ക് മനസ്സിലാക്കാൻ ഇന്ന് ഒട്ടും വിഷമം നേരിടുകയില്ല. വിഷമം നേരിടുന്നത് മെയ് രണ്ട് ഒരു പരിഹാരമാകുന്നത് താൽക്കാലികം മാത്രമായാണെന്നും നീതിബോധത്തിലെ വൈരുദ്ധ്യങ്ങൾക്ക് ശാശ്വത പരിഹാരമല്ല ഈ ദിനമെന്നും മനസ്സിലാക്കാനാണ്. ഏകശാസനകളുടെയും ഏകാധിപത്യ പ്രയോഗരൂപങ്ങളുടെയും മേൽക്കോയ്മ അവസാനിപ്പിക്കണം എന്നത് ഒരു ജനതയുടെ ഇച്ഛാശക്തിയുടെ പ്രശ്നമാണ്. ജനാധിപത്യത്തിൽ ഭൂരിപക്ഷത്തിന്റെ മേൽക്കോയ്മ കൈവരിക്കാൻ ജനങ്ങൾ പ്രാപ്തരാകുന്നതോടു കൂടി മാത്രമേ യഥാർത്ഥത്തിൽ നീതിബോധത്തിലെ വൈരുദ്ധ്യങ്ങൾ സ്ഥിരമായി പരിഹരിക്കപ്പെടുകയും ഇച്ഛ നടപ്പിലാക്കപ്പെടുകയും ചെയ്യുകയുള്ളൂവെന്നത് ഈ ഘട്ടത്തിൽ അറിയേണ്ടതാണ്.

ഇക്കഴിഞ്ഞ കാലമത്രയും ഇവിടെ തകർത്തരങ്ങേറിയ 'ഏകപാത്രപ്രഹസനം', ഉറപ്പും തുടർച്ചയും നഷ്ടപ്പെട്ട് തിരശ്ശീലയ്ക്കകത്ത് പോയ്മറയാൻ ഭൗതിക പശ്ചാത്തലം അതിവേഗം പാകപ്പെട്ടു വരികയാണെന്നാണ് പറയുന്നത്. പാവകളുടെ മൂകമായ റോളുകളിൽ ചരടുവലിക്കനുസരിച്ച് അഭിനയിച്ചു ഫലിപ്പിക്കാൻ പാടുപെട്ട സഹനടീനടന്മാർക്കും, 'ജൂലിയസ് സീസർ' നാടകത്തിലെ അടിമമനസ്സുകളുടെ നിസ്സംഗത കടമെടുത്ത് ആരവം മുഴക്കാൻ മാത്രം വായ തുറക്കുന്നവരായി സ്വയം മാറിയ കാഴ്ച്ക്കാരായ 'ഉത്തമ' സഖാക്കൾക്കും, ഇന്നത്തെ 'മഹത്തായ' വിജയത്തിന്റെ കഥ, എല്ലാ കാലത്തും ആവർത്തിച്ച് ഉരുവിട്ട് രോമാഞ്ചം കൊള്ളാൻ സാധിച്ചെന്നു വരില്ല. ഇന്നത്തെ 'പ്രഹസന' വിജയത്തിനെന്ന പോലെ, നാളത്തെ ദുരന്തപൂർണ്ണമായ ഇടതുപക്ഷത്തകർച്ചക്കും, നേരവകാശികളാവാൻ അവർക്ക് എല്ലാ അർഹതയും ഉണ്ടായിരിക്കുന്നതാണ് തീർച്ച.

അതിനാൽ ആത്യന്തികമായ വിജയത്തിന്റെയും പരാജയത്തിന്റെയും ഗാഥകളെഴുതപ്പെടുന്ന ദിനമായി മെയ് രണ്ട് ചരിത്രത്തിൽ തീർച്ചയായും അടയാളപ്പെടുകയില്ലെന്നു വേണം മനസ്സിലാക്കാൻ. താൽക്കാലികമായി കൈവന്ന വിജയം, ഒരു രാഷ്ട്രീയ ദുരന്തത്തിന്റെ മുന്നോടിയായുള്ള തങ്ങൾ ഇതേവരെ കെട്ടിയാടിയ 'ആയഞ്ചേരി വല്ല്യേശമാൻ' പ്രഹസനത്തിന്റെ (ടി.പി. സുകുമാരൻ മാഷ് ഇപ്പോഴും മറഞ്ഞു നിന്ന് ചിരിക്കുന്നു!) യുക്തിയുക്തമായ പരിണാമം മാത്രമാണെന്ന് ഔദ്യോഗിക കമ്യൂണിസ്റ്റ് കക്ഷികളും ഇടതുപക്ഷവും മനസ്സിലാക്കിയാൽ നല്ലത്. ഒരു സ്വയംഹത്യക്ക് ഇനിയും കാലമായിട്ടില്ലെന്ന് വിശ്വസിക്കുന്നവർക്കെല്ലാം വീണ്ടുവിചാരത്തിലേർപ്പെടാം: 'ഏകപാത്ര പ്രഹസനം' കൊണ്ട് ഒരു

ജനതയുടെ രാഷ്ട്രീയബോധത്തെ എല്ലാ കാലത്തും മയക്കിക്കിടത്താൻ കഴിയില്ലെന്നും, അനിവാര്യമായ തകർച്ച ഒരു മഹാദുരന്തമായി കേരളത്തിലെ ഇടതുപക്ഷത്തെ ഗ്രസിക്കുന്ന കാലം വിദൂരമല്ലെന്നും മനസ്സിലാക്കാനുള്ള വിവേകം എവിടെയെങ്കിലും ഇനിയും ബാക്കി കാണുമോ?

(2021 മെയ് 2)

അധികാരധാർഷ്ട്യത്തിന്റെ മുഖ്യ അപ്പോസ്തലന് മൂക്കുകയറിടുക!

അധികാര ധാർഷ്ട്യത്തിന്റെ അപ്പോസ്തലന്മാർ ചരിത്രത്തിൽ ആവർത്തിച്ച് അവതാരമെടുക്കുന്നത് ജനതയുടെ ഇച്ഛാമൂർത്തികളായി സ്വയം ചമഞ്ഞും ചിന്തിക്കാനും പ്രതികരിക്കാനുമുള്ള അവരുടെ നൈസർഗ്ഗിക ശേഷികളെ നിർവീര്യമാക്കിയുമാണ്. നാടിന്റെയും നാട്ടുകാരുടെയും രക്ഷകവേഷം ചമയുന്ന അധികാരമൂർത്തികൾക്ക് അർഹമായ ഇടമേതെന്ന് കൃത്യമായി നിർദ്ദേശിക്കാനും, അവിടം കാട്ടിക്കൊടുക്കാനുമുള്ള പരമമായ അധികാരം സാമാന്യ ജനങ്ങൾക്കുണ്ട്. അതവരുടെ അവകാശമാണ്. അതെടുത്തു പ്രയോഗിക്കുന്നതോടെയാണ് ചരിത്രത്തിന് ഗതിവേഗം കൂടുന്നത്; അധികാര ജീർണ്ണതയുടെ ഒഴുക്കുകൾക്ക് ചരിത്രത്തിൽ വിച്ഛേദം സംഭവിക്കുന്നത്. അധികാരധാർഷ്ട്യത്തിന് മൂക്കുകയറിടാനുള്ള അറ്റകൈ പ്രയോഗങ്ങൾ രാഷ്ട്രീയ പ്രതിവിധികളായും, തിരുത്തുകളായും ജനത എടുത്തുപയോഗിക്കുന്നതോടെ ചരിത്രത്തിന് ഗതിമാറ്റം സംഭവിക്കുന്നു. അത്തരമൊരു രാഷ്ട്രീയ പ്രതിക്രിയ്ക്ക് സമയം അതിവേഗം പാകപ്പെടുകയാണെന്ന്, ഭരണത്തുടർച്ചക്ക് ശേഷമുള്ള നാളുകളിൽ ബോദ്ധ്യമായി വരുന്നുണ്ട്. സ്വയംഹത്യക്ക് സമാനമായ രാഷ്ട്രീയ ഷണ്ഡത്വം അധികാര ഭയത്താൽ വരിക്കുന്നത് ഒരു ജനതയെ മുഴുവൻ ചരിത്രത്തിന്റെ കണ്ണിൽ

കുറ്റക്കാരാകും. ഒരു മഹാവ്യാധിയുടെ കുരിശിൽ തറയ്ക്കപ്പെട്ടു കഴിയുന്ന ആളുകൾക്ക് മേൽ അമിതാധികാരത്തിന്റെ ചാട്ടവാർ പ്രയോഗിക്കുന്നതിന് ന്യായീകരണമില്ല. അത്തരം സന്ദർഭങ്ങളിൽ അതിന് മൂക്കുകയറിടുകതന്നെ വേണം.

അധികാരം ക്ഷുദ്രതയുടെ ആൾരൂപമായി ഉറഞ്ഞുതുള്ളുന്ന സന്ദർഭമാണിത്. ചരിത്രത്തിലെവിടെയും സമാനതകളില്ലാതെയാണ് അത്യന്തം ക്ഷുദ്രമായ ഒരു വൈറസ് ബാധ ജനജീവിതത്തിന്റെ അവസാനത്തെ കോശങ്ങളെപ്പോലും ആക്രമിച്ച കീഴ്പ്പെടുത്തുന്നത്. ബ്രോംസ്റ്റോക്കർ ഒന്നര നൂറ്റാണ്ട് മുമ്പാണ് ഡ്രാക്കുളയുടെ ആകാരത്തിൽ ചോര ഭക്ഷണമാക്കി ജീവകോശങ്ങളെ ഉപജീവനമാക്കിപ്പെരുകുന്ന ഒരു സാങ്കൽപ്പിക രക്ഷസ്സിനെ വിഭാവനം ചെയ്തതും യഥാർത്ഥ്യത്തേക്കാൾ യാഥാർത്ഥ്യമാക്കി ഇവിടെ അവതരിപ്പിച്ചതും. ഇന്നത്തെ രോഗബാധ സമാനഭീകരതകളെ ഭാവനയിൽ നിന്ന് നേരിട്ട് നിത്യജീവിതത്തിലേക്ക് പരിഭാഷപ്പെടുത്തിയിരിക്കുന്നു. കേരളം മറ്റെല്ലാ കാര്യത്തിലെമെന്ന പോലെ കോവിഡ്-19 രോഗപ്പകർച്ചയെ 'നേരിടുന്ന' കാര്യത്തിലും 'തനതായ' മാതൃക സൃഷ്ടിച്ച് ലോകരാജ്യങ്ങൾക്ക് മുന്നിൽ പ്രശ്നവിഷയമായിത്തീർന്നു കഴിഞ്ഞിട്ടുണ്ട്. 'കുടിയേറ്റത്തിന്റെ വീരഗാഥ രചിക്കുന്ന'വരെന്ന പേരിൽ കോവിഡ് ഭീതിയുടെ ആദ്യഘട്ടത്തിൽ അന്യനാട്ടുകളിൽ തൊഴിലെടുത്ത് കഷ്ടപ്പെട്ടു ജീവിതം കഴിക്കുന്നവരെ നാട്ടിൽ സുരക്ഷിതത്വം വാഗ്ദാനം ചെയ്ത് അതിഥികളായി ക്ഷണിച്ചു കൊണ്ടു വന്നവർ, ഇന്ന് ഭരണത്തുടർച്ച ഉറപ്പിച്ച ശേഷം തൊഴിലില്ലാക്കണക്ക് ബുക്കിലെ ജീവനില്ലാത്ത അക്കങ്ങളായി കൂട്ടാനും കുറക്കാനും മാത്രം ഉതകുന്നവരെന്ന നിലയിൽ അവരെ പരിഗണിക്കാനും വലിച്ചെറിയാനും തുടങ്ങിയിട്ടുണ്ട്. പുറം നാട്ടു തൊഴിലാളികളോടൊപ്പം കടുത്ത തൊഴിൽ സാഹചര്യങ്ങളിൽ പണിയെടുക്കാനും ജീവിതം മുന്നോട്ടു കൊണ്ടു പോകാനും അവർ ഫലത്തിൽ നിർബന്ധിക്കപ്പെട്ടുകയാണിന്ന്. സ്വന്തം നാട്ടിൽത്തന്നെ അന്യരും അധഃസ്ഥിതാവസ്ഥയിലുമായവരാണിവർ. മറുനാട്ടുകളിലെ അവരുടെ അദ്ധ്വാനത്തെയും വരുമാനത്തെയും മഹത്ത്വവൽക്കരിച്ചാണ് കേരള രാഷ്ട്രീയത്തിലെ ഇത്തിക്കണ്ണി ദല്ലാൾ വിഭാഗങ്ങൾ അധികാരശ്രേണിയിലെ അവരുടെ ഉന്നതസ്ഥാനങ്ങൾ നിലനിർത്തിയതും എന്നെന്നേക്കുമായ ഉറപ്പിച്ചതും. ഇന്ന് അതേ അധികാരശ്രേണിയിലെ അടിത്തട്ടുകളിൽ അക്കങ്ങൾ മാത്രമായി വന്നടിയുന്ന ഈ വിഭാഗങ്ങളെ കോവിഡാനന്തര കേരളം വിലമതിക്കാൻ, പഴയ നഷ്ടസ്വർഗ്ഗങ്ങളുടെ കണക്ക് പുസ്തകം മാത്രം മതിയാകുമോ?

ഭരണത്തുടർച്ചക്കുള്ള ജനസമ്മതിയുടെ ബലത്തിലും അതിലൂടെ പുതുതായി കൈവന്ന ആത്മവിശ്വാസത്തിലുമാണ് ഇടതുപക്ഷമുദ്ര യണിഞ്ഞ കേരളത്തിലെ ഗവൺമെന്റ് മുൻകാലത്ത് നടത്തിവന്ന നിയമവിരുദ്ധ നടപടികളെയും മുഖ്യമന്ത്രിയുൾപ്പെടെയുള്ള മന്ത്രിമാർക്ക് നേരിട്ട് പങ്കുണ്ടെന്ന് സംശയിക്കുന്ന അഴിമതിയേയും വഴിവിട്ടുള്ള സ്വജ നപക്ഷപാതത്ത്വങ്ങളെയും യാതൊരു കുറ്റബോധവും കൂടാതെ ഇന്ന് ന്യായീകരിക്കാൻ ധൈര്യപ്പെടുന്നതും പഴയതിനേക്കാൾ ശക്തമായി മുന്നോട്ട് കൊണ്ടുപോകുന്നതും. ആധുനിക കേരള ചരിത്രത്തിൽ സമാ നതകളില്ലാതെയാണ് ഒരു മഹാവ്യാധിയെ മറയാക്കി നാടു ഭരിക്കുന്ന സർക്കാറിന്റെ സ്വന്തം വകുപ്പുകളെ ഉപയോഗപ്പെടുത്തി വൻതോതിലു ള്ള സ്വർണ്ണക്കടത്ത്-ഡോളർ-വനം കൊള്ളകൾക്കും അഴിമതിക്കും അധികാര ദുർവ്വിനിയോഗത്തിനും ഒത്താശ ചെയ്യുന്നതിന്റെ ഇത്രയും വിശദമായ രേഖാമൂലത്തെളിവുകൾ നീതിന്യായ പീഠങ്ങളിൽ വിചാ രണക്ക് വേണ്ടി സമർപ്പിക്കപ്പെടുന്നത്. നാട് ഭരിക്കുന്ന ഒരു സർക്കാറും അതിന്റെ രാഷ്ട്രീയ-ഉദ്യോഗസ്ഥ നേതൃത്വവും ഒന്നാകെയാണ് പൊതു മുതൽക്കൊള്ളകളുടെ കൈകാര്യ കർത്താക്കളും, ദല്ലാളുകളുമായി കഴിഞ്ഞ അഞ്ചുവർഷക്കാലവും പ്രവർത്തിച്ചതിന്റെ പേരിൽ കുറ്റവി ചാരണ നേരിടാൻ പോകുന്നത്. സംസ്ഥാനത്തിന്റെ പൊതുരാഷ്ട്രീയ ചരിത്രത്തിൽത്തന്നെ കേട്ടുകേൾവിയില്ലാത്ത ചെയ്തികൾക്കാണ് ഒരു ഇടതുപക്ഷ സർക്കാർ ഒന്നടങ്കം കുറ്റരോപിതമാകുന്നത്. എത്രയും അന്യൂനവും സമാനതകളില്ലാത്തതുമായ ഒരു കേരളമാതൃകയാണ് ഇതിലൂടെ ഇവിടെ സൃഷ്ടിക്കപ്പെട്ടിരിക്കുന്നത്.

നഷ്ടപ്പെട്ട സ്വർഗ്ഗങ്ങളുടെ കണക്കുകൾ കൊണ്ടുമാത്രം ഈ മഹാ വ്യാധിക്കാലത്തെ മനസ്സിലാക്കാൻ കഴിയുകയില്ല. അധികാരഘട നയിൽ അടിത്തട്ടുകളിൽ വന്നടിയുന്നവർക്ക് നരകാനുഭവങ്ങളാണ്. ജീവിതോപായം നഷ്ടപ്പെട്ട് നാനാമേഖലകളിൽ നിന്ന് നരകതുല്യമായ രോഗത്തിന്റെയും മരണത്തിന്റെയും അവസ്ഥകളിലേക്ക് വലിച്ചെറിയ പ്പെടുന്നവരാണ് വിവിധ വിഭാഗം ജനങ്ങളെന്ന് അധികാരസ്ഥാനങ്ങ ളിൽ ഉള്ളവർക്ക് മനസ്സിലാക്കാൻ കഴിയേണ്ടതാണ്. അക്കാര്യത്തിൽ കുറ്റകരമായ അജ്ഞതയോ നിരക്ഷതയോ വെച്ചു പുലർത്താൻ ജനാ ധിപത്യത്തിന്റെ പേരിൽ രാഷ്ട്രീയ പ്രവർത്തനം നടത്തുന്നു എന്നവകാ ശപ്പെടുന്ന ഒരു പാർട്ടി സംഘടനയ്ക്കും അവകാശമില്ല. എന്നാൽ സ്വന്തം തൊഴിലിന്റെയും സ്വച്ഛമായ സ്വാതന്ത്ര്യത്തിന്റെയും ഇരട്ട നഷ്ടങ്ങൾ പേറിക്കഴിയുന്ന പാവം ജനതയെയാണ് പ്രലോഭനങ്ങൾ കൊണ്ടും വാഗ്ദാനങ്ങൾ കൊണ്ടും വലതുപക്ഷ പ്രതിലോമപ്പാർട്ടികളെപ്പോലും

നാണിപ്പിക്കുന്ന വിധത്തിൽ കബളിപ്പിച്ച് ഇടതുപക്ഷസർക്കാർ ഭരണത്തുടർച്ച ഉറപ്പുവരുത്തിയത്. രോഗബാധയേക്കാൾ ക്ഷുദ്രവും ക്രൂരവുമായാണ് അമിതാധികാരത്തിന്റെ വൈറസ്സുകൾ ഭീതിയും നിശ്ശബ്ദതയും ജനങ്ങൾക്ക് മേൽ അടിച്ചേൽപ്പിച്ച് പൊതുമുതൽ കൊള്ളകൾക്കും ഹിംസാത്മക പ്രവർത്തനങ്ങൾക്കും മാഫിയാശക്തികൾക്ക് അവസരമൊരുക്കുന്നത്. പാർട്ടി സംഘടനാ അച്ചടക്കത്തിന്റെയും, അമിതാധികാര നിയമത്തിന്റെയും 'മുഖം മൂടികൾ' വലിച്ചെറിഞ്ഞ് ഇടതുപക്ഷ ജനാധിപത്യ മനസ്സുകൾ ഉറക്കെ വിളിച്ചു പറയാൻ അതിനാൽ ഇന്നു സമയം പാകമായിരിക്കുന്നു. 'അധികാരധാർഷ്ട്യത്തിന്റെ മുഖ്യഅപ്പോസ്തലന് മൂക്കു കയറിടുക!'

(2021 ആഗസ്റ്റ് 16)

ആത്മവിചാരങ്ങൾക്ക് ഒരു ആമുഖം

പുതുമുറ നിരൂപകർക്ക് സ്നേഹപൂർവ്വം

ആത്മവിചാരങ്ങൾ ആവശ്യമായി വരുന്ന ചില നേരങ്ങളെ മുഖത്തോട്ടുമുഖം നേരിടാൻ നിർബന്ധിക്കപ്പെടുന്ന ചില സന്ദർഭങ്ങളുണ്ടാവാം. അത്തരമൊരു സന്ദർഭം ഡോ.പി.ശിവപ്രസാദ് ജനശക്തിയിൽ എഴുതിയ ലേഖനം (ഒരു വിമതചിന്തകന്റെ നിശ്ശബ്ദ രേഖകൾ, ജനശക്തി വാരിക, 2021 സെപ്തംബർ 15-30) ഒരുക്കിത്തന്നിരിക്കുന്നു. എഴുതിയ ശിവപ്രസാദിനോടും അതു പ്രസിദ്ധീകരിച്ച ജനശക്തിയോടും ഇക്കാര്യത്തിൽ കൃതജ്ഞതയുണ്ട്. രണ്ടു കാരണങ്ങൾ കൊണ്ടാണ് ദീർഘമായ ഈ ലേഖനം പ്രസക്തമായിത്തീരുന്നത്-ഒന്ന്: എഴുത്തിലെ നിഷ്ക്കളങ്കതയും ആത്മാർത്ഥയും. രണ്ട്: അസന്ദിഗ്ദ്ധവും നിരങ്കുശവുമായ എഴുത്ത്. പരസ്പരം ബന്ധപ്പെട്ട ഈ രണ്ട് ഗുണങ്ങളും ഇന്ന് അധികമാരിൽ നിന്നും പ്രതീക്ഷിക്കാൻ പറ്റാത്തതാണ്. പ്രത്യേകിച്ചും രാഷ്ട്രീയമായി ഇടതുപക്ഷ-മാർക്സിസ്റ്റ് നിലപാടുകളിലും ആശയപരമായ അതിന്റെ സാഹോദര്യബന്ധങ്ങളിലും കടുത്ത വെല്ലുവിളികൾ നേരിടുന്ന ഇന്നത്തെ ചുറ്റുപാടിൽ ആരും ആരെക്കുറിച്ചും ഒന്നും പറയാൻ തയ്യാറാകാതെ മൗനത്തിൽ തല പൂഴ്ത്തിയിരിക്കുന്ന, ഭീതിദമായ ഇന്നത്തെ അവസ്ഥയിൽ സത്യസന്ധവും നിശിതവുമായ എഴുത്ത്

ഏറെ വിലമതിക്കപ്പെടേണ്ടതാണ്-അത് ആർക്കെതിരെ, എന്തിന്റെ പേരിലായാലും! മൗനത്തിന്റെ ആത്മസംതൃപ്തിക്കും മൂകതയുമായുള്ള ആത്മഭാഷണങ്ങൾക്കും പകരം ശിവപ്രസാദിന്റെ എഴുത്ത് അന്വേഷിക്കുന്നത് വാക്കുകളിലും വസ്തുതകളിലും മറഞ്ഞുകിടക്കുന്ന നേരിന്റെ കണികകളെയാണ്. നമുക്ക് ഇഷ്ടപ്പെടുന്നുണ്ടോ ഇല്ലയോ എന്നത് കണക്കിലെടുക്കാതെയുള്ള ഈ തുറന്ന ഭാഷണങ്ങളുടെ പേരിലാണ് ജനശക്തി ലേഖനം ശ്രദ്ധേയമാകുന്നത്.

നാം നമ്മെ മനസ്സിലാക്കുന്നത് പോലെ മറ്റെല്ലാവരും നമ്മെ മനസ്സിലാക്കണമെന്നില്ല. ശിവപ്രസാദിന്റെ വിലയിരുത്തൽ ഒരു ജീവിതകാലത്തെ ആകെ ഈടുവെപ്പുകളെക്കുറിച്ചുള്ളതാണ്. എം.പി. ബാലറാം എന്ന നിരൂപകന്റെ (അത് 'ഞാനാ'യത് യദൃച്ഛികം മാത്രം. മറ്റാരായാലും ശിവപ്രസാദിന്റെ അഭിപ്രായം ഇതുതന്നെയായിരിക്കുമെന്ന് ഉറപ്പുണ്ട്) തീരെ ഹ്രസ്വമല്ലാത്ത എഴുത്തു ജീവിതത്തിൽ ഇതേവരെ പ്രസിദ്ധീകരിച്ച എല്ലാ രചനകളെക്കുറിച്ചുമുള്ള അതിലെ മൂല്യവിചാരത്തോട് ആർക്കും യോജിക്കുകയോ വിയോജിക്കുകയോ ചെയ്യാം. ഏത് എഴുത്തും എഴുതി പ്രസിദ്ധീകരിക്കപ്പെടുന്നതോടെ അവനവനോടും ലോകത്തോടുമുള്ള അതിന്റെ ഉത്തരവാദിത്തം നിറവേറ്റിക്കഴിയുന്നുവെന്ന ഉറച്ച ബോദ്ധ്യം എല്ലാകാലത്തും എനിക്കുണ്ട്. ഈ ആത്മവിശ്വാസത്തിന്റെ ബലത്തിലാണ് ആരും ചുമതലപ്പെടുത്താതെ തന്നെ ചിന്തകളിലും വാക്കുകളിലും ഇന്നും അടയിരിക്കുന്നതും നിശ്ശബ്ദതകളോട് സന്ധി ചെയ്യാതെ ഇടവിട്ടുള്ള കാലങ്ങളിൽ രചനകളിലേർപ്പെടാൻ ധൈര്യപ്പെടുന്നതും. അതു ചെയ്യാൻ പ്രാപ്തിയുള്ള വേറെയും അനേകം പേർ ഇവിടെയുണ്ടാവാം. ഒരുപക്ഷേ ഇതിലും നന്നായി.

സ്വന്തം ധാരണകളുടെ അടിസ്ഥാനത്തിൽ ശിവപ്രസാദ് ഉന്നയിക്കുന്ന ഒന്നു രണ്ടു കാര്യങ്ങളുണ്ട്. ഒന്ന് എഴുത്തിന്റെ ലോകത്തിലെ കൂട്ടായ്മകളുടെ തകർച്ചയുമായി ബന്ധപ്പെട്ടതാണ്. മറ്റൊന്ന് കുറെക്കൂടി ഗൗരവതരമായ പരിഗണന അർഹിക്കുന്ന വിഷയമാണ്: സ്വന്തം നിലപാട് തറയിൽ ഉറച്ചു നിൽക്കുകയും പ്രത്യയശാസ്ത്ര സ്ഥൈര്യത്തോടെ വിമർശനത്തെ നാളിതുവരെ ഉപയോഗിക്കുകയും ചെയ്ത ഒരു വിമർശകൻ ഇന്ന് അനുഭവിക്കാനിടയുള്ള അന്തഃസംഘർഷങ്ങളെ അത്യന്തം സഹാനുഭാവത്തോടെയാണ് ശിവപ്രസാദ് നോക്കിക്കാണുന്നത്. ഏറെ കൗതുകകരങ്ങളാണ് ഈ രണ്ടു നിരീക്ഷണങ്ങളും. വ്യത്യസ്ത ധ്രുവങ്ങളിൽ നിന്ന് പരസ്പരം നോക്കിക്കാണുന്നതിന്റെ അകൽച്ച ഇത്തരം അനുഭവങ്ങളുടെ ആഖ്യാനത്തിൽ ശിവപ്രസാദിനു നേരിടേണ്ടി വരുന്നുണ്ട്. കാലത്തിന്റെയും ദേശത്തിന്റെയും സ്വാഭാവികമായ അകൽച്ച മാത്രമല്ല

ഇത്. രാഷ്ട്രീയ പ്രത്യയശാസ്ത്രങ്ങൾക്ക് ജനജീവിതങ്ങളിൽ സൃഷ്ടിക്കാൻ കഴിയുന്ന സ്വാധീനതകളെയും പിൽക്കാലങ്ങളിൽ അവയുടെ തിരോധാനങ്ങൾ സൃഷ്ടിക്കുന്ന ശൂന്യതയേയും മറ്റൊരു ധ്രുവത്തിൽ നിന്ന് സങ്കൽപ്പിക്കാനും ആഖ്യാനം ചെയ്യാനുമാണ് ശിവപ്രസാദ് ശ്രമിക്കുന്നത്. സത്യം തേടുന്നതിലെ നിഷ്കളങ്കതക്കും ആത്മാർത്ഥക്കും മാത്രം എല്ലായ്പ്പോഴും സത്യം കണ്ടെത്താനാവില്ലെന്നത് ജീവിതാഖ്യാനങ്ങളെ സംബന്ധിക്കുന്ന ഒരു പ്രാഥമിക പാഠമാണ്. കഥയുടെയും ചരിത്രത്തിന്റെയും ജീവചരിത്രത്തിന്റെയും രചനകൾക്കു മാത്രമല്ല വിമർശനപരമായ അവധാരണങ്ങൾക്കും ബാധകമാകുന്നതാണ് ഈ പാഠം. ശിവപ്രസാദിന്റെ അനുഭാവപൂർവ്വമായ വാക്കുകളുടെ നിഷ്ഫലത ഇത് ബോദ്ധ്യപ്പെടുത്തുന്നുണ്ട്. കാലത്തിന്റെയും ദേശത്തിന്റെയും അകൽച്ചകളല്ല, വെല്ലുവിളിയാകുന്നത് തങ്ങളെ എന്നും അലോസരപ്പെടുത്തുന്ന വർഗ്ഗപ്രത്യയശാസ്ത്രങ്ങൾ തന്നെയാണെന്നു കാണാൻ ശിവപ്രസാദിനും സമാനമായ വഴികളിലൂടെ സഞ്ചരിക്കുന്ന പുതുതലമുറ നിരൂപണത്തിനും കഴിയേണ്ടതാണ്.

ഇതു തന്നെയാണ് എം.പി. ബാലറാം എന്ന യുവാവ് അരനൂറ്റാണ്ട് മുമ്പ് ഗൗരവപൂർവ്വമായ എഴുത്തു ജീവിതം ആരംഭിക്കുന്ന കാലത്ത് നേരിട്ട പ്രശ്നവും. ഒരൊറ്റ വ്യത്യാസം മാത്രമേ അന്നത്തെയും ഇന്നത്തെയും ചിന്തകൾക്കു തമ്മിലുള്ളു. അലോസരപ്പെടുത്തുന്ന ചിന്ത എന്നതിനു പകരം വിമോചന ചിന്തയായാണ് വർഗ്ഗ പ്രത്യയശാസ്ത്രം അയാളെ സ്വാധീനിച്ചത്. സാമൂഹികവും സാമ്പത്തികവും രാഷ്ട്രീയവുമായ സാഹചര്യങ്ങൾ അക്കാലത്തെ ചിന്തിക്കുന്ന ആരെയും കൊണ്ടുചെന്നെത്തിച്ചത് പ്രതിരോധത്തിന്റെയും വിമോചനത്തിന്റെയും കഠിനമായ ചിന്താപഥങ്ങളിലാണ്. അധികാരപ്രാപ്തി ലക്ഷ്യം വെച്ചല്ല വർഗ്ഗവിമോചനം ലക്ഷ്യമാക്കിയാണ് എഴുത്തിലും ചിന്തയിലും ഏർപ്പെട്ടത്. അതിന് സഹായകമായ ദാർശിനകവും രാഷ്ട്രീയവുമായ കരുക്കൾ മാർക്സിസ്റ്റ് പ്രത്യയ സംഹിതയിലുള്ളത് കാണാനും അവയെ ഭാവനാത്മകമായി പ്രയോഗിക്കാൻ എഴുത്തു വിഷയങ്ങളെ ഉപയോഗിക്കാനുമാണ് അയാൾ ശ്രമിച്ചത്. പ്രത്യയശാസ്ത്ര സ്ഥൈര്യമെന്ന് ശിവപ്രസാദിനെപ്പോലെയുള്ളവരാൽ വിശേഷിപ്പിക്കപ്പെടുന്ന സവിശേഷമായ ഗുണത്തിന്റെ ദൃഢമൂലമായ വേരുകളുള്ളത് പുതുമുറക്കാർ അനാവശ്യമാണെന്നു കരുതുന്ന, ചിന്തയിൽ അവരെന്നും അകലം പാലിക്കാൻ ആഗ്രഹിക്കുന്ന കീഴാള, വിമോചന പ്രത്യയസംഹിതയിൽ തന്നെയാണെന്നതും ഏറ്റവും വലിയ വിരോധാഭാസമാണ്.

വീണ്ടും വീണ്ടും ചരിത്രത്തിലേക്കുള്ള തിരിഞ്ഞുനോട്ടം ഏതൊരു നിരൂപണ പദ്ധതിയുടെയും അനിവാര്യഘടകമാണെന്ന് ഇന്ന് ശിവ പ്രസാദിനെപോലെയുള്ളവരോട് പറയേണ്ടി വരുന്നത് ഈ സാഹ ചര്യത്തിലാണ്. കലയുടെയും സാഹിത്യത്തിന്റെയും സവിശേഷമായ ചരിത്രത്തിന്റെ മാത്രമല്ല ജാതി-മത-വംശ- വർഗ്ഗ രൂപീകരണങ്ങളുടേയും ശാസ്ത്രീയ തത്വങ്ങളുടെയും സാമൂഹിക-രാഷ്ട്രീയ പരിണാമങ്ങളുടെയും വിസ്തൃതമായ ചരിത്രത്തിന്റെ പിൻബലം സാഹിത്യ നിരൂപണത്തെ വൈജ്ഞാനികതയുടെയും സൗന്ദര്യാത്മകതയുടെയും വിളനിലമാക്കി മാറ്റിയിട്ടുണ്ട്. ഇവയുടെ സാധ്യതകളെ പൂർണ്ണമായും നിരാകരിക്കുന്ന ആധുനികതാ പ്രസ്ഥാനത്തിന്റെ അത്യന്തം സൗന്ദര്യാത്മകമായ രാഷ്ട്രീയ വിരുദ്ധ മനസ്സുകൾക്കുള്ള പ്രതിവിഷമായി സങ്കൽപ്പിക്കപ്പെ ട്ടതാണ് എം.പി. ബാലറാമിന്റെ നിരൂപണപദ്ധതി. പ്രാഥമികമായ ചരിത്രബോധത്തിന്റെ പിൻബലമില്ലാതെ ഇന്ന് ഒരാൾക്ക് ആ എഴു ത്തിന്റെ അർത്ഥവും അതിലെ സത്യവുമെന്തെന്ന ശരിയായ ധാരണ സ്വ രൂപിക്കാൻ കഴിയില്ല. നിരൂപണം എത്രമേൽ നിഷ്കളങ്കവും ആത്മാർ ത്ഥവുമായിരുന്നാലും ഇത്തരം ധാരണകൾ തിരുത്തപ്പെടുകയില്ലെന്ന് ശിവപ്രസാദിനെപ്പോലുള്ള പുതുമുറ എഴുത്തുകാർ മനസ്സിലാക്കേണ്ടത് ആവശ്യമാണ്.

ആശയ സൗഹൃദങ്ങളും വ്യക്തി സൗഹൃദങ്ങളും തമ്മിലുള്ള പരസ്പ രബന്ധത്തെ പിന്തുടർന്നുള്ള അന്വേഷണങ്ങളും പ്രശ്നത്തിന്റെ കാത ലെന്തെന്ന് അറിയാൻ പുതിയ എഴുത്തുക്കാരെ ഏറെ സഹായിക്കും. എല്ലാ ബന്ധങ്ങളെയും ശുഭകരമെന്നോ അശുഭകരമെന്നോ രണ്ടു വിഭാഗങ്ങളാക്കി വേർതിരിക്കാനും അവയെ തികച്ചും വ്യക്തിബന്ധ ങ്ങൾ മാത്രമാക്കി ചുരുക്കിക്കാണാനുമാണ് നിലവിലുള്ള സാഹചര്യം ഏവരേയും പഠിപ്പിക്കുന്നത്. ഒരു കാലത്ത് ദൃഢമായിരുന്ന ബന്ധങ്ങൾ ഓരോന്നായി തകരുന്നതും 'വിമത ചിന്ത' സൗഹൃദങ്ങളിൽ വലിയ വിള്ളലുകൾ വീഴുന്നതും ഇടതുപക്ഷത്തെ ചില എഴുത്തു ജീവിതങ്ങളെ ഒരിക്കലുമില്ലാത്ത വിധം ദയനീയാവസ്ഥയിൽ എത്തിച്ചെതുമെല്ലാം ശിവപ്രസാദിന് ആത്മാർത്ഥമായി പരിതപിക്കാനും അനുതാപ ത്തോടെ നോക്കിക്കാണാനും കാരണമാകുന്നുണ്ട്. ഇത്തരത്തിൽ അനുതാപവും ആർദ്രതയും അർഹിക്കുന്ന ഇന്നും ജീവിക്കുന്ന ഒരു കഥാപുരുഷനായി മാറുന്ന എം.പി. ബാലറാം. ഇടതുപക്ഷാഖ്യാനത്തി ന്റെ ദുരന്ത പരിണാമമായും പ്രഹസനാന്ത്യമായും ഇതിനെ വ്യാഖ്യാ നിക്കാമെന്ന സൗകര്യവും ഇത്തരമൊരു ജീവിതകഥക്കുണ്ട്. എങ്കിലും ചില സംശയങ്ങൾ ബാക്കിയാവുന്നുണ്ട്: അത്ര എളുപ്പത്തിൽ പറഞ്ഞു

പോകാനും ലളിതവൽക്കരണത്തിന് വിധേയമാക്കാനും സാധിക്കുന്നതാണോ ഇടതുപക്ഷ സൗഹൃദാഖ്യാനങ്ങൾ? രാഷ്ട്രീയ നിലപാടുകളുമായും, ചരിത്ര പരിണാമങ്ങളുമായും, പ്രത്യയ സംഹിതകളുമായും കെട്ടുപിണഞ്ഞു കിടക്കുന്ന സൗഹൃദബന്ധങ്ങളെ ഒറ്റപ്പെട്ടുപോയെന്ന് സങ്കൽപ്പിക്കപ്പെടുന്ന ചിലരുടെ തൊഴുത്തിൽ കൊണ്ടു ചെന്നു കെട്ടാൻ ആർക്കെങ്കിലും സാധിക്കുമോ?

വ്യക്തിപരമായ ബന്ധങ്ങളുടേയും രാഷ്ട്രീയ സൗഹൃദബന്ധങ്ങളുടെയും അടിത്തറകൾ വ്യത്യസ്തങ്ങളാണ്. അവയുടെ പിറവി പ്രവർത്തനം, പരിണാമം, ഇവയെല്ലാം ഗുണപരമായി ഏറെ വ്യത്യാസപ്പെട്ടിരിക്കുന്നു. മുമ്പ് എഴുത്തിന്റെ ലോകത്ത് ഒന്നിച്ചവർ നിലപാടുകൾ മാറുമ്പോൾ വേർപിരിയുന്നതിനെ വ്യക്തിസൗഹൃദ ബന്ധങ്ങളിലെ തകർച്ചകളായും എഴുത്ത് അകപ്പെടുന്ന ദുരന്ത മുഹൂർത്തങ്ങളായും തുല്യപ്പെടുത്തുന്നത് അസ്ഥാനത്താണെന്നാണ് പറയുന്നത്. ആശയപരമായ കാരണങ്ങൾ ദൃഢബന്ധങ്ങൾ സൃഷ്ടിക്കാൻ മാത്രമല്ല അവയെ ഇല്ലാതാക്കാനും പ്രാപ്തമാണ്. എഴുത്തിന്റെ കുന്തമുനയായി രാഷ്ട്രീയം മാറുന്നു എന്ന ലളിതമായ യുക്തിയിൽ എല്ലാം അടങ്ങിയിരിക്കുന്നു. പ്രത്യയസംഹിതകളെ പ്രയോഗിക്കാൻ വേണ്ടിയുള്ള ആയുധങ്ങളായും വഴി കാട്ടുന്ന വെളിച്ചങ്ങളായും എഴുത്തിൽ സൂക്ഷ്മമായി ഉപയോഗിക്കാനാണ് ശ്രമിച്ചത്. ഇത് മാറുന്ന കാലത്തിനനുസരിച്ച് മാറ്റിയെഴുതപ്പെടേണ്ട തൽക്കാല യുക്തിയല്ല. അങ്ങനെ മാറിമാറി ധരിക്കാനുള്ള കുപ്പായങ്ങളായി കാഴ്ച്ചപ്പാടുകളെ കാണുന്നവരുമായാണ് സന്ധി ചെയ്യാനൊരുക്കമില്ലാത്തത്. അതു കൊണ്ടുണ്ടാകുന്ന വലിയ നഷ്ടങ്ങൾ വാസ്തവത്തിൽ നിസ്സാരങ്ങളാണ്. ചെറിയ നേട്ടങ്ങൾ പോലും ഇവിടെ അമൂല്യങ്ങളുമാണ്.

അവസാനമായി, ഒരു ജീവിതകാലത്തിന്റെ എഴുത്തെന്ന അദ്ധ്വാനത്തിന്റെ ലാഭനഷ്ടങ്ങളുടെയും വരവു ചെലവുകളുടേയും കണക്കു പുസ്തകത്തിലെ ഇന്നവശേഷിക്കുന്ന ഈടുവെപ്പുകളെക്കുറിച്ചു കൂടി ഒരു വാക്ക്: ശിവപ്രസാദ് ഭാഷയെ വിമർശനത്തിന്റെ സ്വന്തം ഈടുവെപ്പായി വിലയിരുത്തുന്നതും നവീകരിക്കപ്പെടുന്ന ഭാഷാശൈലി വിമർശകന്റെ സ്വത്വത്തെ അടയാളപ്പെടുത്തുന്നുവെന്നു പറയുന്നതും സൗന്ദര്യാത്മകതയുടെ ഭാഗികമായ, ഒരേയൊരു അളവുകോൽ ഉപയോഗിച്ചാണ്. സാഹിത്യനിരൂപണത്തിന്റെ എല്ലാ കാലത്തെയും ദേശത്തെയും ഉദ്ദേശ്യലക്ഷ്യങ്ങളുടെ ഒരേയൊരു മാനദണ്ഡം ഭാഷയാണെന്നും ഭാഷാശൈലി മാത്രമാണെന്നും പറയുന്നത് ഭാഷയെന്ന ഒരൊറ്റ കളിവസ്തുകൊണ്ടുള്ള കലാവിദ്യയായി വിമർശനത്തെ ഉപയോഗിക്കുന്നവരെ സാധൂകരിക്കാനേ ഉതകുകയുള്ളു. അത്യന്തം വിഭാഗീയമായ ഇത്തരം ഒരു ദർശനം

ചിലരുടെ കണക്കു പുസ്തകത്തിൽ വൻലാഭവും ചിലരുടേതിൽ നഷ്ടം മാത്രവും അവശേഷിപ്പിക്കുന്ന കണക്കിലെ കളിയാണെന്ന് കാണാൻ പുതുമുറയെഴുത്തുകാർക്ക് കഴിയേണ്ടതാണ്. അളവുകോലാണ് മാറ്റേണ്ടത്. പ്രത്യയശാസ്ത്രവും ഭാഷയുമല്ല.

(2021 ഒക്ടോബർ 7)

നിശ്ശബ്ദതയുടെ രാഷ്ട്രീയാർത്ഥങ്ങളും അനർത്ഥങ്ങളും

ഡോ. പി.ശിവപ്രസാദിന്

(സാഹിത്യ വിമർശകനായ ഡോക്ടർ പി. ശിവപ്രസാദുമായി നടത്തിയ ആശയ വിനിമയത്തിന്റെ ബാക്കി പത്രമാണ് ഇവിടെ പ്രസിദ്ധീകരിക്കുന്ന കത്തുകൾ. ശിവപ്രസാദിന്റെ പ്രതിവായനകൾ, കവിതയുടെ രാഷ്ട്രതന്ത്രം, ദേശീയതയുടെ അടയാളങ്ങൾ എന്നീ പുസ്തകങ്ങളിലൂടെ ഉന്നയിക്കപ്പെടുന്ന സാഹിതീയവും സാംസ്കാരികവും രാഷ്ട്രീയവുമായ ചിന്തകളാണ് എഴുത്തിലെ ഉള്ളടക്കം. ആശയപരമായി വിപരീത ധ്രുവങ്ങളിൽ നിൽക്കുന്ന വർത്തമാനകാലത്തെ രണ്ടെഴുത്തുകാർ തമ്മിലുള്ള ഇതിലെ ആശയസംവാദം വായനക്കാരെ സംബന്ധിച്ചടത്തോളം പ്രസക്തമാണെന്ന് തോന്നിയത് കൊണ്ട് തുറന്ന കത്തുകൾ എന്ന നിലയിൽ പരസ്യപ്പെടുത്തുകയാണ്. അഭിപ്രായ ഭിന്നതകൾ ആയുധം കൊണ്ട് തീർപ്പ് കൽപ്പിക്കപ്പെടുന്ന ഒരു ലോകത്ത് ആശയ സാഹോദര്യത്തിന്റെ അവകാശികൾ പോലും അവസരം പാർത്ത് കത്തി പിറകിൽ കരുതി വെക്കുന്ന സമകാലിക അവസ്ഥയിൽ ഇത്തരമൊരു ആശയ വിനിമയത്തിന്റെ സാധ്യത തുറക്കപ്പെടുന്നത് വായനക്കാർക്ക് പ്രയോജനപ്പെട്ടേക്കും. എഴുത്തുകൾ അയച്ച അതേ രീതിയിൽ

എടുത്ത് ചേർക്കാൻ ശ്രദ്ധിച്ചിട്ടുണ്ട്. പേരുകൾ ആവർത്തിക്കുമ്പോഴു ള്ള വിഷമം ലഘൂകരിക്കാൻ ഇങ്ങനെ ചുരുക്കിയിട്ടുണ്ട്. ശിവപ്രസാദ് (ശിവൻ). കവിതയുടെ രാഷ്ട്രതന്ത്രം (ക രാ ത) ദേശീയതയുടെ അടയാളങ്ങൾ (ദേ.അ). കത്തുകൾക്കുള്ള ശിവപ്രസാദിന്റെ മറുപടി അനുബന്ധം നാലിൽ കൊടുത്തിരിക്കുന്നു.)

പ്രിയപ്പെട്ട ശിവപ്രസാദ്,

ആദ്യം മുതൽ പറയാൻ ശ്രമിച്ച കാര്യത്തിലേക്ക് തന്നെ വീണ്ടും ഇന്ന് തിരിച്ചു വരികയാണ്: ശിവപ്രസാദിന്റെ രാഷ്ട്രീയ വീക്ഷണത്തോട് ഒട്ടും മതിപ്പ് തോന്നാത്തയാളാണ് വീണ്ടും ഇപ്പോൾ ശിവപ്രസാദിലേക്ക് തന്നെ പാലം പണിയാൻ ശ്രമിക്കുന്നത്. അത് വെറുതെയാവില്ലെന്ന വിശ്വാസം ഇപ്പോഴും പുലർത്തുന്നുണ്ട്. മൂന്ന് പുസ്തകങ്ങളിലേയും ഉപന്യാസ-നിരൂപണ രചനകൾ മുമ്പേ തോന്നിയ എന്റെ ധാരണകളെ സ്ഥിരപ്പെടുത്തുന്നുമുണ്ട്.

ശിവപ്രസാദിന്റെ ഭാഷയിൽ 'സാഹിതീയ' മാനദണ്ഡം വെച്ച് രചനകളെ നോക്കിക്കാണുകയായിരുന്നു ഞാൻ. വാസ്തവത്തിൽ ഇത് അയഥാർത്ഥമായ വായനയായിരിക്കുമെന്ന ഉറച്ച ബോദ്ധ്യം എനിക്കുണ്ട്. അത് പിന്നീടൊരിക്കൽ വിശദമായി പറയാം. എങ്കിലും ശിവപ്രസാദ് പലപ്പോഴും പറയാറുള്ള 'സാഹിതീയമായ' രചനയുടെ ആനുകൂല്യം അതിന്റെ വായനയിലും തിരിച്ചു തരാൻ ഞാൻ തയ്യാറാണ്.

ഒന്ന്

ദേ.അ.ലെ ഇളയരാജയുടെ ആത്മകഥയെക്കുറിച്ചുള്ള ലേഖനമാണ് (അനുബന്ധം മൂന്ന്) ഈ മാനദണ്ഡത്തെ തൃപ്തിപ്പെടുത്തുന്ന ഏററവും നല്ല മാതൃക. എന്തുകൊണ്ടാണ് ഇളയരാജാ സംഗീതം ശിവപ്രസാദിന് ഏറ്റവും ഉദാത്തമായ മാതൃകയായി അനുഭവപ്പെടുന്നത് എന്നതിന്റെ ഉത്തരം ആ സംഗീതത്തിൽ വിന്യസിക്കപ്പെടുന്ന നിശ്ശബ്ദതയെക്കുറിച്ച് പറയുന്നിടത്തുണ്ട്. ഇതേ നിശ്ശബ്ദതയെ ടി.എം.കൃഷ്ണ സ്വന്തം സംഗീതത്തിന്റെ ഭാഗമായി വിന്യസിച്ചാൽ, ശിവപ്രസാദ് കേൾക്കുന്നതും പറയുന്നതുമൊന്നും ഇതുപോലെയാവില്ലെന്ന് മനസ്സിലാക്കാൻ എനിക്ക് കഴിയും. ശിവന് അതു സമ്മതിക്കാനാവുമോ? എങ്കിൽ നാം തമ്മിൽ അർത്ഥവത്തായ വിനിമയത്തിന് സാധ്യതയുണ്ട്. സംഗീതം 'രാഷ്ട്രീയേതര'വും 'അഭൗമമ'വുമായ കലയെന്ന ധാരണയെ ഇളയരാജായുടെ സംഗീതം പോലും പലപ്പോഴും തുണക്കുമോ എന്ന സംശയമുണ്ട്. അതുകൊണ്ട് തന്നെയാണോ ശിവപ്രസാദിന് നിശ്ശബ്ദതയെ

ആശ്രയിക്കേണ്ടി വന്നത്. ഈ വിഷയത്തെക്കുറിച്ചുള്ള കൂടുതൽ അറിവ് എനിക്കില്ല. എങ്കിലും ശിവൻ ഉപയോഗിക്കുന്ന കരുക്കളിൽ നിശ്ശബ്ദത ഒരു പ്രധാന ഘടകമാവുന്നതിന്റെ കാരണവും രാഷ്ട്രീയമാണെന്ന് പറയുന്നതിൽ അനൗചിത്യമുണ്ടോ? ശബ്ദങ്ങൾക്കെന്ന പോലെ നിശ്ശബ്ദതക്കും ആഴത്തിലുള്ള രാഷ്ട്രീയാർത്ഥങ്ങളുണ്ടെന്ന് സംഗീതത്തെക്കുറിച്ച് ഏറ്റവും ഉൾക്കാഴ്ച്ചയുള്ളവർ അഭിപ്രായപ്പെടുന്നുണ്ട്. ഈ വിഷയം തൽക്കാലം ഇവിടെ നിർത്തി നമുക്ക് മറ്റുകാര്യങ്ങളിലേക്ക് പോകാം.

രണ്ട്

ഇളയരാജയുടെ സംഗീതത്തിലെ ഈണങ്ങൾ മൗനം തേടുന്നുവെന്ന് ശിവപ്രസാദ് പറയുന്നുണ്ട്. ആലങ്കാരികമായി അങ്ങിനെയും പറയാം. അതിലും യാഥാർത്ഥ്യ ബോധമുണ്ടാക്കാൻ വ്യാകരണ സംജ്ഞകളായ 'സശബ്ദക്രിയ'ക്കും 'നിശ്ശബ്ദക്രിയ' ക്കും കഴിയും. എത്ര കൃത്യവും നിശിതവുമാണ് ആ തരംതിരിവ്? മിക്കവാറും മൗനത്തിന്റെ ദാർശനികമായ സമസ്യകളെയെല്ലാം ആ ഒരൊറ്റ വർഗ്ഗീകരണം സുതാര്യമാക്കി നമുക്ക് കാണിച്ചു തരുന്നില്ലേ? മൗനത്തിന് ആപേക്ഷികമായ സ്വാതന്ത്ര്യവും നിലനിൽപ്പും മാത്രമേയുള്ളൂ എന്നത് ശാസ്ത്രത്തിന്റേയെന്ന പോലെ കലയുടേയും യുക്തിയാണ്. 'സശബ്ദക്രിയ' യെ ആശ്രയിക്കുമ്പോൾ മാത്രമേ 'നിശ്ശബ്ദത' ക്രിയയാവാനുള്ള യോഗ്യത നേടുന്നുള്ളൂ. വാക്കുകളുടെയും ആശയങ്ങളുടെയും കലയായ സാഹിത്യം മൗനത്തിന്റെ ആപേക്ഷികതയ്ക്ക് മൂർത്തമായ ഉദാഹരണമാണ്. മൗനത്തിന്റെ ക്രിയാത്മകതയെ ഈ അർത്ഥത്തിൽ അംഗീകരിക്കാൻ ശിവൻ തയ്യാറാവുമോ എന്നെനിക്കറിയില്ല. വാക്കിനു കാരണമായെന്നതുപോലെ മൗനത്തിനു കാരണമായും ഒരു ക്രിയയോ അനേകം ക്രിയകളോ ഉണ്ടെന്നതാണ് സത്യം. ചരണത്തിനും പല്ലവിക്കുമിടയിലാണ് ഇളയരാജ നിശ്ശബ്ദതയെ നിബന്ധിക്കുന്നത് എന്ന ശിവന്റെ കണ്ടെത്തൽ നമ്മെ സത്യത്തിന്റെ അടുത്തെത്തിക്കുന്നുണ്ട്. അവിടെ നിന്ന് സത്യത്തിലെക്കെത്താൻ ഒരു കുതിച്ചു ചാട്ടം കൊണ്ട് കഴിയും. ഗാനസന്ദർഭങ്ങളാണ് ഇളയരാജയുടെ മൗനത്തിന്റെ വിന്യാസത്തെ നിർണ്ണയിക്കുന്നത് എന്ന് നമുക്കറിയാം. മാത്രമല്ല നിശ്ശബ്ദതയുടെ കാലയളവിനെപ്പോലും നിശ്ചയിക്കുന്നത് അത് രൂപപ്പെടുന്ന സവിശേഷമായ സാഹചര്യമാണെന്ന് പറയാൻ ധൈര്യപ്പെടുകയാണ്. വാക്കിനെ എന്ന പോലെ നിശ്ശബ്ദതയേയും രൂപപ്പെടുത്തുന്നത് പ്രവൃത്തിയുടെ രാഷ്ട്രീയമാണെന്ന് ഇതിനോട് കൂട്ടിച്ചേർക്കാൻ ഞാൻ ഒരുങ്ങുന്നു. വചനത്തിൽ നിന്നാണ് ക്രിയയുണ്ടായത് എന്ന ബൈബിൾ വാക്യം ഗൊയ്ഥെ, ക്രിയയിൽ നിന്നാണ് വചനം

ഉണ്ടായത് എന്ന് തിരുത്തിയതിനെക്കുറിച്ച് (ഖസാക്കിനെക്കുറിച്ച് എഴുതുന്നതിനിടയിൽ)അടുത്ത കാലത്ത് എനിക്ക് പരാമർശിക്കേണ്ടി വന്നതും ഇതേ അർത്ഥത്തിലാണ്. ഖസാക്കിനെക്കുറിച്ചുള്ള ചർച്ചകളിൽ ഏറ്റവുമധികം ആവർത്തിക്കപ്പെട്ട വാക്ക് 'മൗന' മായതുകൊണ്ടാണ് എനിക്കങ്ങനെ പറയേണ്ടി വന്നത്.

മൂന്ന്

സംഗീതത്തിലെ നിശ്ശബ്ദതകളെ പിന്തുടർന്ന് എനിക്ക് എത്തിച്ചേരേണ്ടത് സാഹിത്യത്തിലെ നിശ്ശബ്ദതകളുടെ ലോകത്താണ്. ദുർഘടവും പ്രശ്ന സങ്കീർണ്ണവുമാണ് ഈ വഴി. സംഗീതത്തിൽ നിശ്ശബ്ദക്രിയയുടെ പ്രവർത്തനം അത്യന്തം വ്യംഗ്യവുംഭാവാത്മകവുമാണെങ്കിൽ സാഹിത്യത്തിൽ അത് ഏറെ വാച്യവും പ്രത്യക്ഷവുമാണ്. സാഹിത്യത്തിലും കലകളിലും എല്ലാ കാലത്തും എല്ലാ ദേശത്തും ഉപയോഗിക്കപ്പെട്ട സശബ്ദ/നിശ്ശബ്ദത ക്രിയകളുടെ വിവിധങ്ങളായ ആവിഷ്കാര രൂപങ്ങൾ, നിരൂപണത്തിലും എക്കാലത്തെയും പ്രശ്ന വിഷയമാണ്. വർത്തമാനകാലത്ത് രാഷ്ട്രീയം, പരസ്യം, അച്ചടി-ദൃശ്യ മാധ്യമം എന്നീ മേഖലകളിൽ ശബ്ദ x നിശ്ശബ്ദ വിപരീതങ്ങൾ ഫലപ്രദമായും സമർത്ഥമായും ഉപയോഗിക്കപ്പെടുന്നത് ഇതിന്റെ പിൻതുടർച്ചയായുള്ള പ്രയോഗ രൂപങ്ങളെന്നനിലയിലാണ്. ശിവപ്രസാദിന്റെ നിരൂപണത്തിൽ ശബ്ദങ്ങളേക്കാൾ പ്രത്യക്ഷവും വാചാലവുമാണ് മൗനങ്ങൾ എന്ന് പറയുന്നത് കുടിലവും നിഗൂഢവുമായ ഉദ്ദേശ്യലക്ഷ്യങ്ങൾ അതിനുണ്ട് എന്ന അർത്ഥത്തിലല്ല. ബോധപൂർവം നിബന്ധിക്കുന്നതുപോലുമായിരിക്കില്ല ഇത്. ഉണ്മ x ഇല്ലായ്മ, ഭാവം x അഭാവം എന്നീ വിവിധ ദ്വന്ദ്വ രൂപങ്ങൾക്കൊപ്പം ശബ്ദ x നിശ്ശബ്ദ രൂപങ്ങളും നമ്മുടെ നിത്യ ജീവിത വ്യവഹാരത്തിന്റെ ആഭേദ്യഭാഗങ്ങളായിത്തീർന്ന ഇന്നത്തെ അവസ്ഥയിൽ ശിവന്റെ എഴുത്തും അതിന് വഴിപ്പെടുകയാണ്. ഒരു പക്ഷെ സ്വയം തിരിച്ചറിയാതെ. അബോധപൂർവ്വം.

'കവിതയുടെ രാഷ്ട്രതന്ത്രം' എന്ന ശിവപ്രസാദിന്റെ പുസ്തകത്തിലെ ആശാൻ, ഉള്ളൂർ വള്ളത്തോൾ എന്നിവരുടെ രചനകളെക്കുറിച്ചുള്ള നിരൂപണങ്ങൾ ഈ ധാരണകളെ പൂർണമായും ശരിവെക്കുന്നുണ്ട്. തികച്ചും 'സഹിതീയ' മായി എഴുതപ്പെട്ട നിരൂപണം, രാഷ്ട്രീയമായ വായനയുടെ കരുക്കളെ നിർബന്ധമായി ആവശ്യപ്പെടുന്നു എന്നതിന് 'കവിതയുടെ രാഷ്ട്ര തന്ത്രം' എന്ന അതിന്റെ ശീർഷകം തന്നെ ഒന്നാം തരംതെളിവാകുന്നുണ്ട്.

രാഷ്ട്രീയവും സാഹിതീയവുമായ കരുക്കൾ ഈ നിരൂപണങ്ങളിൽ ഒരു പോലെ ഉപയോഗിക്കപ്പെടുകയാണെന്നും അതിന്റെ കണ്ടെത്തലുകൾ സാഹിതീയമാവുന്നതിലുമധികം രാഷ്ട്രീയമാവുകയാണ് ചെയ്യുന്നതെന്നും ഞാൻ ഇവിടെ കൂട്ടിച്ചേർക്കുകയാണ്. ദുരവസ്ഥയിൽ ആശാൻ മുഹമ്മദീയ മതത്തെയാകമാനം കുറ്റപ്പെടുത്തുന്നതിന് ചരിത്രത്തിന്റെ പിൻബലമുണ്ടെന്ന് സ്ഥാപിക്കാൻ ഏറെ സാഹസപ്പെടുന്നയായി എനിക്ക് തോന്നുന്നുണ്ട്. 1921 ലെ മലബാർ കലാപം രാഷ്ട്രീയമായി സംഘടിപ്പിച്ച സ്വാതന്ത്ര്യ സമരത്തിന്റെ ഭാഗമായി ഉണ്ടായതല്ലെന്നും അത് ആസൂത്രിതമായ ഗൂഢാലോചനയുടെ ഫലമായ 'വർഗ്ഗീയ ലഹള' യാണെന്നും ശിവപ്രസാദ് പറയുമ്പോൾ 'സാഹിതീയവായന' യുടെ അതിരുകൾ ലംഘിക്കപ്പെടുക മാത്രമല്ല അത്യന്തം സ്ഫോടനാത്മകമായ ചരിത്രത്തിന്റെയും രാഷ്ട്രീയത്തിന്റെയും ഇന്നത്തെ കാലത്തെ പിളർക്കപ്പെട്ട ഒരു വിവാദ ഭൂമികയിൽ ആശാന്റെ ദുരവസ്ഥ മാറ്റി പ്രതിഷ്ഠിക്കപ്പെടുകയുമാണ്. ഇന്ത്യ മുഴുവനുമുള്ള ആശാന്റെ സഞ്ചാരങ്ങളും പത്രാധിപരുടെ സ്ഥാനത്തിരുന്നു കൊണ്ട് അദ്ദേഹത്തിന് ആർജ്ജിക്കാൻ കഴിഞ്ഞ ലോക വിവരങ്ങളും ദുരവസ്ഥയുടെ 'ലഹള വിരുദ്ധ' വീക്ഷണഗതിയെ രൂപപ്പെടുത്താൻ കാരണമായിട്ടുണ്ടാകാമെന്ന് സങ്കൽപ്പിക്കാൻ ശിവൻ ആശ്രയിക്കുന്നത് 'ഊഹ'ത്തെയാണ്. അങ്ങേയറ്റം നിർഭാഗ്യകരമാണ് ഈ കണ്ടെത്തൽ. ജാതിഭ്രാന്ത് ഹിന്ദു മതത്തിന്റെയാകമാനം ദോഷമല്ല, അത് 'നമ്പൂതിരിമത'ത്തിന്റെ മാത്രം കുറ്റം കൊണ്ടുണ്ടായതാണെന്ന് കണ്ടെത്താൻ ദുരവസ്ഥാ പാഠത്തെ മാത്രം 'സാഹിതീയമായി' ആശ്രയിക്കാൻ, ശിവൻ മറക്കുന്നില്ല. ആശാന്റെ കവിതയുടെ ചരിത്രപരമായ പരിമിതികളെക്കുറിച്ചെല്ലാം മൗനം പാലിക്കുന്ന ശിവന്റെ ദുരവസ്ഥാ നിരൂപണം ഏറെ വാചാലവും താൽക്കാലികവുമായുണ്ടാവുന്ന ഇന്നത്തെ ചില രാഷ്ട്രീയ-ചരിത്ര വിവാദ കോലാഹലങ്ങൾക്ക് കീഴ്പ്പെടുന്നത് കാണുന്നത് ഏറെ ദുഃഖകരമാണ്. സത്യസന്ധമായ അന്വേഷണം തടസ്സപ്പെടുകയാണ് ഇതിന്റെ ദുരന്ത ഫലം.

നാല്

ശിവപ്രസാദിന്റെ ദുരവസ്ഥാ പഠനം നൽകുന്ന പാഠങ്ങളും മുന്നറിയിപ്പുകളും വളരെ പ്രാധാന്യമുള്ളതാണ്. കവിതയുടെ ഉള്ളടക്കത്തെ അത് ഗാഢമായ വായനക്ക് വിധേയമാക്കുന്നുവെന്നത് തന്നെയാണ് അതിന്റെ ആദ്യത്തെ നേട്ടം. ഇതിനു മുമ്പുണ്ടായ പ്രധാനപ്പെട്ട ദുരവസ്ഥാ നിരൂപണങ്ങളെയെല്ലാം വിമർശനാത്മകമായി അത്

പരിശോധിക്കുകയും ചെയ്യുന്നു. ഇതാകട്ടെ കലുഷമായ ഒരു കാലത്തിന്റെയും പ്രക്ഷുബ്ധമായ ജീവിതാവസ്ഥയുടെയും കഥ കൂടിയാകയാൽ ദുരവസ്ഥയെ സമീപിക്കുന്ന ആർക്കും വെല്ലുവിളിയായി അനുഭവപ്പെടാവുന്നതുമാണ്. ദുരവസ്ഥയേയും അതിന്റെ പഠനങ്ങളെയും ഗൗരവപൂർണ്ണമായ വിശകലനത്തിന് വിധേയമാക്കാനുള്ള ശ്രമത്തിന്റെ സാഹസികതയെ ഒരിക്കലും കുറച്ചു കാണാൻ നമുക്ക് കഴിയില്ല. തന്റെ അന്വേഷണത്തിൽ ശിവന് യോജിക്കുകയും വിയോജിക്കുയും ചെയ്യേണ്ടി വരുന്നവരുമായി കണ്ണി ചേരാനും തന്റേതായ കാഴ്പ്പാടുകൾ യുക്തിഭദ്രമെന്ന് തനിക്ക് തോന്നുന്ന വിധത്തിൽ അവതരിപ്പിക്കാനും തയ്യാറായതിൽ ആർജ്ജവത്വമുണ്ട്. നിലവിലുള്ളതിൽ നിന്ന് മുന്നോട്ടേക്കുള്ള ഒരു ചുവടുവെപ്പാകയാൽ സാഹിത്യ നിരൂപണത്തെ സംബന്ധിച്ചിടത്തോളം ശിവന്റെ ദുരവസ്ഥാ നിരൂപണം പുരോഗമനാത്മകവുമാണ്. രചന, അതിന്റെ സ്വതസ്സിദ്ധമായ ജൈവികതയാലും മൗലികതയാലും പുരോഗമനാത്മകമാണെന്ന ദർശനത്തെ സാധൂകരിക്കുന്നതാണ് ദുരവസ്ഥാ നിരൂപണം.

എന്നാൽ ഇതിനൊരു മറുപുറവുമുണ്ട്. ദുരവസ്ഥയിൽ പരിഗണിക്കപ്പെടുന്ന കാലമെന്നത് പോലെ ആ കൃതി വായിക്കുന്ന നമ്മുടെ കാലവും ഇന്ന് ഏറെ കലുഷിതവും പ്രക്ഷുബ്ധതയുമുള്ളതാണ്. കൃതിയുടെ വായനയും നിരൂപണവും നിർവ്വഹിക്കുന്നയാൾക്ക് രണ്ട് കാലങ്ങളെയും ഒരേ സമയം നേരിടേണ്ടി വരുന്നു എന്നാണ് ഇതിനർത്ഥം. ദുരവസ്ഥയുടെ രചനയിൽ ആശാൻ നേരിട്ട ജാതിയുടേയും മതത്തിന്റെയും പ്രശ്നങ്ങൾ അതേ രൂപത്തിലും ഉള്ളടക്കത്തിലും ഇന്നത്തെ കാലത്ത് ആവർത്തിക്കപ്പെട്ടുമെന്ന് പ്രതീക്ഷിക്കുന്നത് വ്യാമോഹം മാത്രമാണ്. ഭൂതകാലത്തിന്റെ തനി പകർപ്പുകളെ വർത്തമാന കാലത്തിലും കണ്ടെടുക്കാൻ വേണ്ടിയുള്ള അന്വേഷണങ്ങൾ രാഷ്ട്രീയ മേഖലയിൽ അധികാര മത്സരങ്ങളിലേർപ്പെടുന്നവർക്ക് 'ഗുണകര'മായേക്കാം. കലയിലും സാഹിത്യത്തിലും.അതൊട്ടും ഗുണകരമാവില്ലെന്നു മാത്രമല്ല നേർ വിപരീതങ്ങളായ ദോഷഫലങ്ങൾക്ക് കാരണാവുകയും ചെയ്യും. ദുരവസ്ഥ, വളരെ കലുഷമായ കാലത്തിന്റെ ഇന്നത്തെ അവസ്ഥയിലേക്ക് മാറ്റി പ്രതിഷ്ഠി ക്കപ്പെടുന്നതിനെ സത്യാന്വേഷണ പക്ഷത്ത് നിലയുറപ്പിച്ച ഒരു വിമർശകൻ ഒരിക്കലും പിന്തുണക്കില്ല. അതിനാൽ ആശാനെയും ദുരവസ്ഥയേയും അവർ ജീവിച്ച കാലത്തിൽ നിന്നും അന്നത്തെ മണ്ണിൽ നിന്നും പിഴുതെടുത്ത് അതിന്റെ തനിപ്പകർപ്പാണ് ഇന്നത്തെ കാലവും ജീവിതവുമെന്നു ഭാവിച്ച് വിഷയത്തെ സമീപിക്കുന്നതിന്റെ അർത്ഥ ശൂന്യത തിരിച്ചറിയപ്പെടുക തന്നെ വേണം. യഥാർത്ഥത്തിൽ രണ്ടു കാലങ്ങൾക്കും, രണ്ടു ജീവിതാവസ്ഥകൾക്കും

നടുക്കകപ്പെട്ടു പോകുന്നതിന്റെ സന്ദിഗ്ദ്ധതക്ക് ശിവന്റെ ദുരവസ്ഥാ വിമർശനം മാതൃകയാവുന്നുണ്ട്. ആശാന് താൻ ജീവിച്ച കാലത്തിന്റെ ആനുകൂല്യം (അപ്രതീക്ഷിതമായി ജീവൻ പൊലിഞ്ഞു പോയതിന്റെയും) തിരിച്ചു കൊടുക്കാൻ ഇന്നത്തെ സൂക്ഷ്മമായ ദുരവസ്ഥാ വായനക്ക് ബാദ്ധ്യതയുണ്ട്. അന്നത്തെ അവസ്ഥയുടേയും വീക്ഷണങ്ങളുടേയും പരിമിതികൾക്കകത്ത് (അന്നു ജീവിച്ചവർക്ക് ശക്തിയും പ്രചോദനവുമായി തോന്നിയതെല്ലാം) ആ കൃതിയെ കാണാൻ തയ്യാറാവണമെന്നാണ് പറയുന്നത്. നിരൂപകന്റെ സത്യസന്ധതയും ആത്മാർത്ഥതയും കൊണ്ടു മാത്രം നിരൂപണം ശരിയാവണമെന്നില്ല. ആശാന് അന്ന് ആർജ്ജിക്കാൻ കഴിഞ്ഞ അറിവുകളുടേയും നേരിട്ടുണ്ടായ അനുഭവങ്ങളുടേയും അടിസ്ഥാനത്തിൽ കവിതയെ കാണുന്നതിന് പകരം ഏറ്റവും പുതിയ വിജ്ഞാനങ്ങളുടേയും അനുഭവങ്ങളുടേയും ബലത്തിൽ അതു വായിക്കാനൊരുങ്ങിയാൽ നമ്മുടെ സത്യസന്ധതക്കും ആത്മാർത്ഥക്കും മാത്രം നമ്മെ രക്ഷിക്കാൻ കഴിയില്ല. 1921ലെ ചരിത്ര സംഭവത്തിന്റെ ശരിതെറ്റുകൾ ചരിത്രകാരന്റെ ഗാഢമായ അന്വേഷണവിഷയമാണ്. സാഹിത്യ വിമർശകന്റേതല്ല; ആശാനും ദുരവസ്ഥയുമാണ് നമ്മുടെ പ്രശ്നവിഷയങ്ങൾ. സംഭവിച്ചു കഴിഞ്ഞ ഭൂതകാലത്തിന്റെ ഭാരം മുഴുവൻ അതിനെക്കുറിച്ച് ഇന്ന് ജീവിക്കുന്നവർക്കിടയിലുണ്ടായ അഭിപ്രായ വ്യത്യാസങ്ങളുടെ പേരിൽ ആശാന്റെയും ദുരവസ്ഥയുടെയും ചുമലിൽ വെക്കരുത്. അതു താങ്ങാൻ അവർക്കാവില്ല. ചരിത്രത്തിന്റെ സംഭവിച്ചു കഴിഞ്ഞ ഭൂമികയിൽ ഇന്നത്തെ കാലം ക്രൂരമായി വിതറിയ സ്ഫോടന ശക്തിയുള്ള മൈനുകളാൽ കബളിപ്പിക്കപ്പെടാതെ നോക്കേണ്ട ഉത്തരവാദിത്തം സാഹിത്യ വിമർശകനുണ്ട്.അക്കാര്യത്തിൽ കൂടുതൽ ജാഗ്രതയും സൂക്ഷ്മതയും പുലർത്താൻ ശിവപ്രസാദിന്റെ എഴുത്തിന് കഴിയേണ്ടതുണ്ട്.

അഞ്ച്

'കവിതയുടെ രാഷ്ട്രതന്ത്ര'ത്തിലെ ഉള്ളൂരിന്റെയും വള്ളത്തോളിന്റെയും കവിതകളെക്കുറിച്ചുള്ള പഠനങ്ങൾക്കും ഏറിയും കുറഞ്ഞും ബാധകമാണ് ഇതേവരെ പറഞ്ഞു വന്ന കാര്യങ്ങൾ ജനാധിപത്യം, ഫാസിസം എന്നീ ആധുനിക രാഷ്ട്രീയ പരികൽപ്പനകളുമായി ബന്ധപ്പെടുത്തി ഉള്ളൂരിന്റെയും വള്ളത്തോളിന്റെയും രചനകൾ വിശകലനത്തിനും വിലയിരുത്തലിനും വിധേയമാക്കുകയാണ്. ദുരവസ്ഥയിൽ ജാതിയും മതവുമാണ് പ്രശ്ന വിഷയങ്ങളെങ്കിൽ ഇവിടെയത് ജനാധിപത്യവും ഏകാധിപത്യവുമാണ്. ഭൂതകാല രചനകളെയാണ്, വർത്തമാനകാലത്തിലെ

എഴുത്തിന് ശിവൻ വിഷയമാക്കുന്ന്. ജനാധിപത്യവും ഏകാധിപത്യവും തീവ്ര വിപരീതങ്ങളായ യാഥാർത്ഥ്യങ്ങളായി നിലനിൽക്കുന്ന ഇന്നത്തെ സന്ദർഭത്തിൽ കലാ-സാഹിത്യ രൂപങ്ങൾ അവയുടെ പ്രതിനിധാനങ്ങളാകുന്നതെങ്ങനെയെന്ന ചോദ്യത്തിന് ഏറെ ദാർശനിക പ്രാധാന്യമുണ്ട്. ദേശീയവും സാർവ്വദേശീയവുമായ മാനങ്ങൾ കൈവരിക്കാൻ പ്രാപ്തമായ വിഷയമാണ് ശിവൻ കൈകാര്യം ചെയ്യുന്നത് എന്നത് നിരൂപണത്തിന്റെ പ്രസക്തിയെ ഏറെ വർദ്ധിപ്പിക്കുകയും ചെയ്യുന്നു. സൈദ്ധാന്തികമായും പ്രായോഗികമായും ജനജീവിതത്തെ ആഴത്തിൽ സ്വാധീനിക്കാനും രൂപീകരിക്കാനും കഴിയുന്ന വിരുദ്ധങ്ങളായ രണ്ടു രാഷ്ട്രീയ വ്യവസ്ഥകൾക്ക് സാഹിത്യ രചനകളുമായുള്ള ബന്ധമെന്തെന്ന ശിവന്റെ അന്വേഷണം ഏറെ പ്രാധാന്യമർഹിക്കുന്നു. പ്രോത്സാഹിക്കപ്പെടേണ്ടതാണ് വിമർശകന്റെ ഇത്തരം സാഹസികതകൾ. 'ശുദ്ധമായ സാഹിതീയ' വായനകളെന്ന ശിവന്റെ ആദർശമാതൃക ഈ ഘട്ടങ്ങളിൽ നിശ്ശബ്ദംതകിടം മറിയുകയാണെന്ന കാര്യം അനുലോമമായി ഉൾക്കൊള്ളാൻ നാം ഒട്ടും മടിക്കേണ്ടതില്ല. ജനാധിപത്യവും ഫാസിസവും പരസ്പര വിരുദ്ധങ്ങളായ പ്രത്യയശാസ്ത്രങ്ങളെ അടിസ്ഥാനമാക്കി പ്രവർത്തിക്കുന്ന രണ്ട് വ്യത്യസ്ത രാഷ്ട്രീയ വ്യവസ്ഥകളാണെങ്കിലും വെള്ളം കടക്കാത്ത അറകളിൽ ഇരുമ്പു മറകൾ കൊണ്ട് വേർതിരിക്കപ്പെട്ടല്ല അവ നിലനിൽക്കുകയും പ്രവർത്തിക്കുകയും ചെയ്യുന്നത്. ഓരോ രാജ്യത്തും നിലനിൽക്കുന്ന സവിശേഷസാഹചര്യങ്ങൾ, സാമൂഹികവും സാമ്പത്തികവും സാംസ്കാരികവുമായ വളർച്ച തളർച്ചകളുൾപ്പെടെ എല്ലാം ചേർന്ന് രൂപീകരിക്കപ്പെടുന്നവയാണ് ഈ രാഷ്ട്രീയാധികാര ഘടനകൾ. അവ ജനാധിപത്യത്തിന്റെ പേരിൽ നിലവിൽ വരികയും സ്വേച്ഛാധിപത്യം പ്രയോഗിക്കുകയുമാണ്. ചരിത്ര സന്ദർഭങ്ങൾ പകരുന്ന അനുഭവ പാഠമാണിത്. മനുഷ്യനെന്നപോലെ ആശയങ്ങൾക്കും വ്യവസ്ഥകൾക്കും പരിണാമഭേദങ്ങളുണ്ട്. മഹായുദ്ധങ്ങളിലെ ജയപരാജയങ്ങൾ കൊണ്ടു മാത്രം മനുഷ്യ ചരിത്രം നിർണ്ണയിക്കപ്പെടുകയില്ല; ആശയങ്ങളുടെ ശരിതെറ്റുകൾ തീരുമാനപ്പെടുകയുമില്ല. ശിവപ്രസാദ് തിന്മയുടെ മൂർത്തിമദ് രൂപങ്ങളായി പഠനങ്ങളിൽ അടയാളപ്പെടുത്തിയിട്ടുള്ള ഫാസിസത്തിനും കമ്യൂണിസത്തിനും ഒരുപോലെ ബാധകമാണ് അഭിവൃദ്ധിയുടേയും അപചയത്തിന്റെയും ഈ പരിണാമ ഭേദങ്ങൾ. ചരിത്രത്തിൽ ഒരു ഹിറ്റ്ലറുടെയും ഒരു സ്റ്റാലിന്റേയും അന്ത്യത്തോടെ അവർ പടുത്തുയർത്തിയ അധികാര സാമ്രാജ്യങ്ങൾ മാത്രമേ തകർന്നു പോയുള്ളൂ. ഫാസിസവും കമ്യൂണിസവും എന്നെന്നേക്കുമായി അതോടെ നിഷ്ക്രമിച്ചുവെന്ന് കരുതാനാവില്ല. മഹാത്മാവിനെതിരെ വെടിയുതിർത്തപ്പോൾ ഗാന്ധിചിന്തയും

ഗോദ്സെ തൂക്കിലേറ്റപ്പെട്ടതോടെ ഹിന്ദുത്വ വർഗ്ഗീയതയും ഇല്ലാതായി ല്ലെന്നത് സമീപകാല യാഥാർത്ഥ്യങ്ങളാണ്. സാഹിത്യ നിരൂപണം രാഷ്ട്രീയമായ കരുക്കളായി ഫാസിസത്തേയും ജനാധിപത്യത്തേയും കമ്യൂണിസത്തേയുമെല്ലാം എടുത്തുപയോഗിക്കുമ്പോൾ എന്നും ഓർമ്മി ക്കേണ്ടവയാണ് ഈ വസ്തുതകൾ.

1936-ൽ എഴുതിയ ഉള്ളൂരിന്റെ 'ഇന്നത്തെ ലോകം' എന്ന കവിത ഫാസിസത്തേയും കമ്യൂണിസത്തേയും ഒരേ തൂവൽ പക്ഷികളായി കാണുകയും അവയുടെ സമാനതകൾ കാവ്യഭാഷയിൽ വർണ്ണിക്കുകയും ചെയ്തതിൽ ശിവൻ ക്രാന്തദർശിത്വം ദർശിക്കുന്നു. രണ്ടു ലോകമഹായു ദ്ധങ്ങൾക്കിടയിൽ പാശ്ചാത്യ ലോകത്ത് രൂപപ്പെട്ട രണ്ട് ഹിംസാത്മക ആശയ വ്യവസ്ഥകളേയും അവയെ ആധാരമാക്കിയുള്ള അധികാരശ ക്തികളേയും കൃത്യമായി അടയാളപ്പെടുത്താനും ശക്തമായി അപലപി ക്കാനും ഉള്ളൂരിന്റെ കവിത സന്നദ്ധമായി. അധികമാരും ശ്രദ്ധിക്കാ ത്തതാണ് ഉള്ളൂർ കവിതയിൽ ഉയർന്നു കേട്ട ഈ സമകാലിക ലോക വിമർശനത്തിന്റെ ഉറച്ച ശബ്ദം-ശിവപ്രസാദ് വ്യത്യസ്തമായ ഒരു മുഖവും ശബ്ദവും 'ഇന്നത്തെ ലോകം' എന്ന രചനക്കുള്ളത് കണ്ടെത്തുന്നതി നോട് യോജിക്കാം. നിരീക്ഷണത്തിന്റെ നിശിതത്വം അംഗീകാരിക്കുക യും ചെയ്യാം. എന്നാൽ ഹിംസാത്മക മുറകളും സ്വേച്ഛാധിപത്യ വ്യവസ്ഥ യും പാശ്ചാത്യ സംസ്കാരത്തിന്റെ മാത്രം പ്രത്യേകതകളാണെന്നും ഭാരതം ഇതിനെല്ലാം വിപരീതമാണെന്നും ഉള്ളൂർ പറയുന്നതിൽ ദീർഘദർശിത്വം മാത്രമല്ല 'വർത്തമാന ദർശിത്വവും' തീരെയില്ലെന്നു പറയേണ്ടി വരും. കവിയുടെ സ്വന്തം തട്ടകമായ തിരുവിതാംകൂറിൽ മഹാരാജാവിന്റെ അനുഗ്രഹാശിസ്സുകളോടെ താന്തോന്നി ദിവാന്മാർ ജനായത്ത ഭരണത്തിനും സ്വാതന്ത്ര്യത്തിനും വേണ്ടിയുള്ള എല്ലാ ശബ്ദ ങ്ങൾക്കുമെതിരെ അതിനിഷ്ഠൂരമായി നടപ്പാക്കി വന്ന സ്വേച്ഛാധിപത്യ നടപടികളെക്കുറിച്ച് ഉള്ളൂർ കവിതാ ജീവിതത്തിലാകമാനം പുലർ ത്തിവന്ന നിശ്ശബ്ദത നിശ്ചയമായും നിരൂപണത്തിൽ ഗൗരവത്തോടെ പരിശോധിക്കപ്പെടേണ്ടതാണ്. ശിവപ്രസാദിന്റെ തൂലിക കവിയുടെ ഈ നിശ്ശബ്ദതയെക്കുറിച്ച് പാലിക്കുന്ന മൗനം അർത്ഥവത്താണെന്ന് തോന്നുന്നു.

ആറ്

'വള്ളത്തോൾ കവിതയുടെ രാഷ്ട്രമീമാംസ' എന്ന ശിവപ്രസാദി ന്റെ ലേഖനം 1934 മുതൽ 1954 വരെയുള്ള രണ്ടു പതിറ്റാണ്ടുകൾക്കി ടയിൽ വള്ളത്തോൾ കവിതയിൽ രൂപീകരിക്കപ്പെടുന്ന 'രാഷ്ട്രീയ

ബോദ്ധ്യ'ങ്ങളെ അന്വേഷണ വിഷയമാക്കുന്നു. ഈ കാലയളവിൽ കവി നടത്തിയ രാജ്യാന്തര സഞ്ചാരങ്ങൾ കവിതകളുടെ രാഷ്ട്രീയ സ്വഭാവത്തെ നേരിട്ടും അല്ലാതെയും സ്വാധീനിച്ചതെങ്ങനെ? വള്ളത്തോൾ കവിതയുടെ രാഷ്ട്രീയ ബോദ്ധ്യങ്ങൾ അദ്ദേഹത്തിന്റെ അന്യരാജ്യ സന്ദർശനങ്ങളിൽ നിർണ്ണയിക്കപ്പെടുന്നത് നിരൂപണത്തിലെ അന്വേഷണ വിഷയമാക്കുന്നതിൽ ഏറെ പുതുമയുണ്ട്. മാത്രമല്ല താൻ സഞ്ചരിക്കുന്ന രാജ്യങ്ങളെയും അവിടത്തെ പ്രധാന ആകർഷണ കേന്ദ്രങ്ങളെയും അപ്പപ്പോൾ കവിതകളാക്കി മാറ്റുന്നതിൽ കവി കാണിക്കുന്ന അമിതമായ വ്യഗ്രത വള്ളത്തോൾ കവിതയെക്കുറിച്ച് മലയാളത്തിൽ രൂപപ്പെട്ടുവന്ന അംഗീകൃതമായ പല പൊതുധാരണകളെയും തള്ളിക്കളയാൻ കാരണമാകുന്നതായി ശിവൻ കണ്ടെത്തുകയും ചെയ്യുന്നു. ഇന്തോ സോവിയറ്റ സൗഹൃദസമ്മേളനത്തിന്റെ അദ്ധ്യക്ഷ പദവിയിലാപ്പോഴും അതിനുശേഷവും വള്ളത്തോൾ നടത്തിയ സോവിയറ്റ് യൂണിയൻ സന്ദർശനം, തുടർന്ന് സോവിയറ്റ് റഷ്യയേയും അതിന്റെ ശിൽപ്പികളായ ലെനിൻ, സ്റ്റാലിൻ എന്നിവരെ പ്രശംസിച്ചു കൊണ്ടെഴുതിയ നിരവധി കവിതകളുടെ രചനാ മൂല്യം, ഇക്കാര്യത്തിലുള്ള കവിയുടെ ആർജ്ജവത്വം- സംശയാസ്പദങ്ങളാണ് ഇവയെല്ലാമെന്ന് അഭിപ്രായപ്പെടുകയാണ് ശിവപ്രസാദ്. വളരെയേറെ ഗുരുതരമായ വിമർശനമാണ് ഇതിലൂടെ ഉന്നയിക്കപ്പെടുന്നതെങ്കിലും ഒട്ടേറെ രാഷ്ട്രീയമാനങ്ങളുള്ള ഈ വിഷയം, വള്ളത്തോളിനെതിരെ നടത്തുന്ന വെറുമൊരു വ്യക്തിഹത്യയുടെ തലത്തിൽ കാണാതെ അതർഹിക്കുന്ന പ്രാധാന്യത്തോടെ ഗൗരവപൂർവ്വം കാണാൻ നാം തയ്യാറാകേണ്ടിയിരിക്കുന്നു.

1949-ൽ എഴുപത്തി രണ്ടാം വയസ്സിൽ നിര്യാതനാകുന്ന കാലംവരെ തിരുവിതാംകൂർ രാജഭരണത്തിൻ കീഴിൽ ഉന്നതോദ്യോഗ പദവികൾ 'അലങ്കരിച്ച' മഹാകവി ഉള്ളൂരിന്റെ 'ഏകാധിപത്യ വിരുദ്ധത' യുടേയും 'ജനാധിപത്യഭിമുഖ്യ'ത്തിന്റെയും 'ആർജ്ജവത്വ' ത്തെ ഒരിക്കൽ പോലും സംശയിക്കാൻ കൂട്ടാക്കാതിരുന്ന ശിവന്റെ നിരൂപണം, വള്ളത്തോൾ വിഷയത്തിൽ സമതുലിതാവസ്ഥ കൈവെടിയുന്നതിൽ അപാകതയുണ്ട്.തനിക്കോ തന്റെ മാതൃരാജ്യത്തിനോ ബാധകമല്ലാത്ത വിഷയമാണ് 'സ്വേച്ഛാധിപത്യ ഭരണ' മെന്ന ഭാവത്തിൽ അതിനെക്കുറിച്ച് പരിപൂർണ്ണമായി മൗനം പാലിക്കുന്ന മഹാകവി ഉള്ളൂർ 'ജനാധിപത്യ' ത്തെ സ്തുതിച്ചു കൊണ്ടെഴുതിയ 'ഫാസിസ്റ്റ്- കമ്യൂണിസ്റ്റ്' വിരുദ്ധ കവിതയിൽ രചനാ മൂല്യം ക്രാന്തദർശിത്വം ഇവയെല്ലാം ശിവൻ കണ്ടെത്തുന്നത് ഒട്ടും 'സാഹിതീയ'മല്ലാത്ത രാഷ്ട്രീയ കാരണങ്ങൾ കൊണ്ടാകാമെന്ന് സംശയിക്കുന്നതിൽ അപാകതയുണ്ടോ?

വളരെ മൗലികവും അടിസ്ഥാനപരവുമായ ചില പ്രശ്നങ്ങൾ ശിവന്റെ വള്ളത്തോൾ വിമർശനം ഉയർത്തുന്നുണ്ട്. കലയുടേയും സാഹിത്യത്തിന്റെയും വിമർശനത്തിൽ എല്ലാ കാലത്തും എല്ലാ ദേശങ്ങളിലും ഉന്നയിക്കപ്പെടുന്ന പ്രശ്നമാണത്: കവിതാ വിമർശനവും കവിയുടെ ജീവിതവും തമ്മിലുള്ള ബന്ധം. ഈ ബന്ധം മിക്കപ്പോഴും ലളിതമല്ല. എളുപ്പത്തിൽ കണ്ടെത്താനും പരിഹരിക്കാനും കഴിയുന്ന ഒരൊറ്റ ഫോർമുല പോലും കവിയുടെ ജീവചരിത്രത്തിൽ നിന്ന് ചികഞ്ഞെടുക്കാനും കഴിയില്ല. അത്തരത്തിലൊന്ന് ജീവചരിത്രത്താൽ നിർദ്ദേശിക്കപ്പെടുന്നത്, കവിതയെ കണ്ടെത്തുന്നതിൽ നിന്ന് വിമർശകന്റെ വഴി തെറ്റിക്കുകയാണ് ചെയ്യുക. കവിതയും കവിയുടെ ജീവിതവും പരസ്പരപൂരകങ്ങളായി പ്രവർത്തിക്കുന്നുവെന്ന തോന്നൽ ജനിപ്പിക്കുന്ന ഘട്ടങ്ങളിൽ പോലും പ്രത്യക്ഷത്തിൽ മനസ്സിലാക്കാൻ വിഷമമുള്ള സങ്കീർണ്ണതകളനവധിയുണ്ടെന്ന് പല പഠനങ്ങളും തെളിയിച്ചിട്ടുണ്ട്. കവിതയിലേക്ക് ചില വെളിച്ചങ്ങൾ തെളിക്കാൻ ഇവ ഉതകുമെന്നതിൽ ക്കവിഞ്ഞ് വിമർശനത്തിന്റെ അന്വേഷണക്കരുക്കളായി ജീവചരിത്ര വസ്തുതകൾ സങ്കപ്പിക്കപ്പെടുന്നതിൽ അയുക്തിയുണ്ട്. കവിതയിലെ 'കണ്ണാടി പ്രതിഫലനവാദ'ത്തിന്റെ സ്ഥാനം തെറ്റിയുള്ള പ്രയോഗം ആ വാദത്തെ ശക്തമായി എതിരിടുന്നതായി ഭാവിക്കുന്ന ആധുനികതാ പ്രസ്ഥാനമാണ് തേച്ച് മിനുക്കി ആകർഷകമാക്കി ഒരു കാലത്ത് അവതരിപ്പിച്ചതെന്നതിൽ വൈരുദ്ധ്യമുണ്ട്. ആധുനികതയുടെ കാലത്തെ തുരുമ്പിച്ച ഈ 'ജീവചരിത്ര' പഠനോപകരണങ്ങളാണ് വള്ളത്തോൾ കവിതയുടെ 'രാഷ്ട്രമീമാംസ'യുടെ രൂപീകരണത്തേയും അതിന്റെ യഥാർത്ഥ പ്രേരണകളേയും അന്വേഷിക്കുന്നതിൽ നിന്ന് ശിവന്റെ വഴി തടസ്സപ്പെടുത്തുന്നത്. കവിതയുടെ സ്വത്വരൂപീകരണത്തെ സംബന്ധിക്കുന്ന വളരെ ഗഹനമായ ചോദ്യങ്ങൾക്കുള്ള ഉത്തരം കവിയുടെ ജീവിതകഥയിൽ (ഇവിടെ കവിയുടെ ദേശാന്തര യാത്രകളിൽ) കണ്ടെത്താനും പ്രശ്നത്തെ അത്യന്തം ലളിതവൽക്കരിക്കാനുമുള്ള നിരൂപണത്തിന്റെ ശ്രമമായേ ഇതിനെ കാണാൻ കഴിയുകയുള്ളൂ.

വള്ളത്തോൾ എഴുതിയതെന്തിനേയും മഹത്തരമായി കൊണ്ടാടുന്ന ഒരു വിമർശന പാരമ്പര്യത്തോടുള്ള വിയോജിപ്പുകൾ ശിവപ്രസാദിന്റെ എഴുത്തിൽ അന്തർധാരയായുണ്ട്. വള്ളത്തോളിന്റെ 'ദേശീയ കവിത' കളിൽ നിന്നുള്ള ഒരു വഴിമാറി നടത്തമായാണ് പിൽക്കാലത്തെഴുതിയ സാർവ്വദേശീയ കവിതകളെ നിരൂപണം കാണുന്നത്. 'എന്റെ ഗുരുനാഥൻ' എഴുതിയ തൂലിക സോവിയറ്റ് യൂണിയനേയും അതിന്റെ നായകരേയും സ്തുതിച്ചെഴുതാൻ നിർബന്ധിക്കപ്പെട്ടതാണെന്നും

ദേശാന്തരയാത്രക്കിടയിൽ കാണാമായിരുന്ന 'വിപരീത യഥാർത്ഥ്യ ങ്ങൾ', ആതിഥേയരും 'കമ്യൂണിസ്റ്റ് പാളയ'ത്തിലകപ്പെട്ട സ്വന്തം ബന്ധുക്കളും മക്കളും സുഹൃത്തുക്കളുമെല്ലാം ചേർന്ന് അദ്ദേഹത്തിൽ നിന്ന് മറച്ചു വെക്കുകയാണുണ്ടായതെന്നും ശിവപ്രസാദ് പറയുന്നത് വസ്തുതകളുടെ യാതൊരു പിൻബലവുമില്ലാതെയാണ്. 'വലിയ' കവി കൾക്കും കാഴ്ച്ചപ്പാടുകളിൽ പിഴവ് സംഭവിക്കാമെന്ന ലളിതമായ യുക്തിക്ക് പകരം അക്കാലത്തെ ഒരന്തർദ്ദേശീയ കമ്യൂണിസ്റ്റ് ഗൂഢാലോ ചനക്ക് ദയനീയമായി കീഴ്പ്പെട്ട ഒരു കവി ബിംബമായി വള്ളത്തോൾ സങ്കൽപിക്കപ്പെടുകയാണ്. അന്നത്തെ സംഘർഷാത്മകമായ രാഷ്ട്രീയ കാലാവസ്ഥയിൽ സോഷ്യലിസ്റ്റ് ലോകത്ത് നിന്ന് മാത്രമല്ല ഇന്ത്യയ ടക്കമുള്ള ജനാധിപത്യ രാജ്യങ്ങളിൽ നിന്നും (കേരളം അതിന്റെ ഒരു ബിന്ദു മാത്രം!) പൂർണ്ണമായി മറച്ചുവെക്കപ്പെട്ട 'സ്റ്റാലിൻ ക്രൂരത'കളുടെ പാപഭാരം വള്ളത്തോളിന്റെ ബധിരതക്കും 'കമ്യൂണിസ്റ്റ് പാളയ'ത്തിലക പ്പെട്ട അദ്ദേഹത്തിന്റെ സഹചാരികളുടെ പരോക്ഷ സെൻസറിങ്ങിനും പതിച്ചു നൽകി, സ്വന്തം ഉത്തരവാദിത്തം നിറവേറ്റിയെന്ന് സമാധാ നിക്കുകയാണ് ശിവന്റെ വള്ളത്തോൾ വിമർശനം. രചയിതാവിന്റെ 'യഥാർത്ഥ ജീവിതകഥ'യെന്ന മിത്തിനെ സൃഷ്ടിച്ചും അതിനെ പിന്തു ടർന്നും സാഹിത്യരചനയുടെ പാഠത്തെ നിർദ്ധാരണം ചെയ്യാനൊ രുങ്ങുന്നതിന്റെ സ്വാഭാവികമായ പരിണതി സ്വന്തം നിരൂപണത്തെയും 'പുരാവൃത്ത'മാക്കി മാറ്റലാണെന്ന് ശിവപ്രസാദ് തിരിച്ചറിയേണ്ടതുണ്ട്.

ഏഴ്

ശിവപ്രസാദിന്റെ 'ദേശീയതയുടെ അടയാളങ്ങൾ' എന്ന കൃതിയിലെ (2021) 'സംഗീതത്തിൽ ധൈര്യപ്പെട്ട് എഴുതിയ ആത്മകഥ' എന്ന ലേഖനത്തിൽ നിന്നാണ് ഈ ചർച്ച ആരംഭിച്ചത്. ഇളയരാജാസംഗീ തത്തിന്റെ പ്രത്യേകതകളെക്കുറിച്ചുള്ളതാണ് ഈ ലേഖനം. ഇളയരാ ജാസംഗീതം ഈണത്തിനേക്കാൾ പ്രാധാന്യം നൽകുന്നത് മൗനത്തി നാണെന്ന വസ്തുതയെ കേന്ദ്രബിന്ദുവാക്കി അതിന്റെ വിശദാംശങ്ങൾ വ്യക്തമാക്കുന്നതാണ് പ്രസ്തുത ലേഖനം. സാഹിത്യത്തിലെ ശബ്ദങ്ങ ളുടേയും നിശ്ശബ്ദതകളുടേയും വിന്യാസങ്ങൾ, അവയുടെ ഉറവിടങ്ങൾ, ഇവയെക്കുറിച്ചുള്ള ചർച്ചകൾക്ക് ശിവന്റെ രചനകൾ തന്നെയാണ് ആധാരമാക്കിയത്. സാഹിത്യ നിരൂപണം, ഇളയരാജാസംഗീത ത്തിലെന്നതുപോലെ സശബ്ദ നിശ്ശബ്ദക്രിയകളെ അർത്ഥവത്തായി നിരൂപണത്തിൽ നിബന്ധിക്കുന്നതിന്റെ ചില മാതൃകകൾ ശിവന്റെ രചനകളിൽ നിന്ന് തന്നെ കണ്ടെടുക്കാനാണ് ശ്രമിച്ചത്. രാഷ്ട്രീയം, ചരിത്രം, പരസ്യം, ദൃശ്യ-ശ്രാവ്യമാധ്യമങ്ങൾ എന്നീ മേഖലകളിൽ

തുടരുന്ന മൗനത്തിന്റെ പരിചരണവുമായി അഭേദ്യമായി ബന്ധപ്പെട്ട താണ് സാഹിത്യ നിരൂപണത്തിലെ നിശ്ശബ്ദ വിനിമയ രൂപവുമെന്ന് തുടക്കത്തിൽത്തന്നെ സൂചിപ്പിക്കുകയുണ്ടായി. വർത്തമാന കാലത്തെ അടിസ്ഥാന യാഥാർത്ഥ്യങ്ങൾ അങ്ങനെ കാണാനും പറയാനുമാണ് നമ്മെ നിർബന്ധിക്കുന്നത്. മൗനത്തിന് ശബ്ദത്തേക്കാൾ വിനിമയ മൂല്യം കൽപ്പിക്കുന്ന സമൂഹത്തിൽ സാഹിത്യവും സംസ്കാരവും മതവു മെല്ലാം അതിന്റെ വിവിധ വിനിമയ സാദ്ധ്യതകൾ എടുത്ത് പ്രയോ ഗിക്കുന്നതിൽ അത്ഭുതമില്ല. അതോടൊപ്പം ഒരു കാര്യം കൂടി ഇവിടെ ആവർത്തിച്ച് ഉറപ്പിക്കേണ്ടതുണ്ട്: മൗനത്തിന്റെ ആപേക്ഷികമായ സ്വാതന്ത്ര്യവും നിലനിൽപ്പുമാണ് അത്. ശബ്ദവുമായി ബന്ധപ്പെടാതെ നിശ്ശബ്ദതക്ക് നിലനിൽക്കാനാവില്ല. നിശ്ശബ്ദക്രിയ, സശബ്ദക്രിയക്ക് ശേഷമോ അതിന് മുമ്പോ മാത്രമേ നിലനിൽക്കുകയുള്ളു. ഒന്നിനെ ആശ്രയിച്ചാണ് മറ്റൊന്നിന്റെ നിലനിൽപ്പ്. 'സ്വാതന്ത്ര്യ'ത്തിന്റെ മിഥ്യാബോധം തോന്നിപ്പിക്കാൻ മൗനത്തിന്റെ ഭാഷക്ക് കഴിയും. ശബ്ദം കേൾക്കാനും അർത്ഥം സൂക്ഷ്മമായി മനസ്സിലാക്കാനും ഓരോ വ്യവഹാര രൂപവും സവിശേഷമായ സാക്ഷരത ആവശ്യപ്പെടുന്നത് പോലെ മൗനത്തിന്റെ ഭാഷണം വേർതിരിച്ചറിയാനും ഗാഢമായി മനസ്സിലാക്കാനും പ്രത്യേക വ്യവഹാരങ്ങൾക്ക് അതിന്റേതായ 'മൗന സാക്ഷരത'യും ആവശ്യമാണെന്നാണ് പറയുന്നത്.

ശബ്ദ-നിശ്ശബ്ദതകൾ തമ്മിലുള്ള ബന്ധം വ്യത്യസ്ത വ്യവഹാരങ്ങളിൽ അധികാര ബന്ധത്തിന്റെ സവിശേഷ രൂപമായി തിരിച്ചറിയപ്പെ ടേണ്ടതാണ്. ശബ്ദവും നിശ്ശബ്ദതയും തമ്മിലുള്ള പരസ്പരാശ്രിതത്വം അതിനാൽ അസമമായ അധികാരവ്യവസ്ഥകൾ നിലനിൽക്കുന്ന ഏതൊരു സമൂഹത്തിലും മേൽ-കീഴ് അധികാര ബന്ധങ്ങളുടെ പ്ര ച്ഛന്നമായ ആവിഷ്ക്കാര രൂപമായാണ് പ്രത്യക്ഷപ്പെടുക. ഇളയ രാജയുടെ സംഗീതത്തിൽ ഇത് പ്രകടമല്ല. ശിവപ്രസാദിന്റെ നിരൂ പണത്തിലാകട്ടെ പ്രകടവുമാണ്. ആരംഭത്തിൽ പറഞ്ഞതുപോലെ ശിവന്റെ നിരൂപണം, കലയുടെ 'ഉദാത്തമായ മാതൃക' ഇളയരാജാ സംഗീതത്തിൽ കണ്ടെത്തുന്നതിനോടൊപ്പം അദ്ദേഹത്തെ തമിഴിൽ 'ഇശൈജ്ഞാനി' എന്നല്ല 'അമൈതിജ്ഞാനി' (അമൈതി-മൗനം) എന്നാണ് വിശേഷിപ്പിക്കേണ്ടതെന്ന് അഭിപ്രായപ്പെടുന്നത് ഏറെ പ്രസക്തവും അർത്ഥവത്തുമാകുകയാണ്.

ശബ്ദ-നിശ്ശബ്ദതകൾ തമ്മിലുള്ള അധികാര ബന്ധങ്ങളെ പ്രത്യക്ഷമാ ക്കി കാണിച്ചു തരുന്ന രചനക്ക് ഒന്നാംതരം ഉദാഹരണമാണ് സത്യാന ന്തര കാലത്തെ വിഷയമാക്കിയുള്ള ശിവന്റെ ലേഖനം (സത്യാനന്തര

കാലത്തിൽ ജനാധിപത്യത്തിന്റെ ഭാവി-ദേശീയതയുടെ അടയാള ങ്ങൾ, പേജ് 9-14) 'ബോധപൂർവം ഒഴിവാക്കപ്പെടുന്ന നേരിന്റെയും വസ്തുതകളുടെയും യാഥാർത്ഥ്യത്തിന്റെയും നില'യെ കൃത്യമായി അടയാളപ്പെടുത്താൻ വേണ്ടി കുറിക്കുന്ന പുതിയ സംജ്ഞയാണ് 'സത്യാനന്തര കാലം'-ശിവപ്രസാദ് നിർവ്വചിക്കുന്നു. സത്യത്തിന്റെയും വസ്തുതകളുടേയും യാഥാർഥ്യത്തിന്റേയും ഒഴിവാക്കലുകൾ കൊണ്ട് നിർമ്മിക്കപ്പെട്ട നുണയുടെ കൊട്ടാരമായി (ചീട്ടു കൊട്ടാരമല്ല) സത്യാനന്തര കാലത്തെക്കുറിച്ചെഴുതിയ ശിവപ്രസാദിന്റെ രചന തന്നെ സ്വയം മാറുകയും ചെയ്യുന്നു! സത്യാനന്തരകാലത്തിന്റെ സവിശേഷതകളായി ലേഖനത്തിൽ ഒന്നൊന്നായി വിവരിക്കുന്ന വസ്തുതകളെല്ലാം യഥാർത്ഥത്തിൽ ഏറ്റവുമധികം ഇണങ്ങുന്നത്, ഇതേ ലേഖനത്തിൽ 'സത്യ' മെന്ന ഭാവത്തിൽ സത്യത്തെ തൊട്ട് വണങ്ങി എഴുതിയ പെരുംനുണകൾക്കാണ്. 'സാഹിതീയ ഭാവുകത്വ' ത്തിന്റെ ശുദ്ധിയോടും മൗനത്തിന്റെ കളങ്കശൂന്യമായ ഈണങ്ങളോടും ഇത്രമേൽ ആഭിമുഖ്യം പുലർത്തുന്ന എഴുത്തുകാരന്റെ ഒരു പ്രസക്തമായ രചനയിൽ ഇത്തരം ലാഘവമാർന്ന പ്രസ്താവനകൾ കടന്നുകൂടുന്നത് ആരുടെ താൽപ്പര്യ പ്രകാരമാണ്? അധികാര രാഷ്ട്രീയത്തിന്റെ ഏകശാസനകൾക്ക് സാധൂകരണം നൽകുകയും ചെയ്തികൾക്ക് സ്തുതിപാടുകയും ചെയ്യുന്നത് ആരായാലും (ഇടത്പക്ഷ-വലതുപക്ഷ ഭേദമില്ലാതെ) സ്വന്തം വാക്കുകൾ കൊണ്ട് സ്വയം ആർജ്ജിച്ച എഴുത്തുകാരന്റെ വിശ്വാസ്യതയെയാണ് ബലി കൊടുക്കുന്നത്. ആർക്കും ബാധകമായ സത്യമാണിത്. ശിവപ്രസാദിന് ഉൾപ്പെടെ.

ലേഖനത്തിലെ ശരാശരി രാഷ്ട്രീയ പ്രസ്താവനകളുടെ ചിലമാതൃകകൾ മാത്രമിതാ: സാഹിതീയവും സാംസ്കാരികവുമായ സ്വന്തം രചനകളിൽ നിന്നും മാറ്റി വെക്കപ്പെട്ട, മറച്ചു വെക്കപ്പെട്ട രാഷ്ട്രീയ നിശ്ശബ്ദതകൾ, വാക്കുകളുടെ ഹിംസാത്മകകമായ ആകാരമെടുക്കുന്നത് ഇതാ ഇങ്ങനെ : 2014-ൽ ഇന്ത്യയിൽ അധികാരത്തിൽ വന്ന 'ജനാധിപത്യ സർക്കാറിന്റെ' അവസ്ഥ : 'ഭാരതത്തിന്റെ പ്രധാനമന്ത്രി ശ്രീ. നരേന്ദ്രമോദിയും അദ്ദേഹം നയിക്കുന്ന ഭരണകൂടവും കഴിഞ്ഞ അഞ്ചു വർഷമായി സത്യാനന്തരകാലത്തെ ഫെയ്ക്ക് കൾച്ചറിന്റെ ഇരയായിരുന്നു'(ദേശീയതയുടെ അടയാളങ്ങൾ പേജ് 10).

ഇരയേയും വേട്ടക്കാരനേയു പരസ്പരം മാറ്റി മറിക്കുന്ന ഭരണകൂട തന്ത്രത്തിന്റെ ബലിമൃഗങ്ങളായി, 'പാവനമായ ജനാധിപത്യ വ്യവസ്ഥ'യൊരുക്കിയ 'പരിശുദ്ധ തടവറ'കളിൽ വിചാരണ ചെയ്യപ്പെടാതെ കിടക്കുന്നവർ ചെയ്ത കുറ്റമെന്താണ്?

"പുറമെ പറയുന്നതും കാണിക്കുന്നതും ഒന്ന്, ഉള്ളിലുള്ളതാവട്ടെ അതിന് നേർവിപരീതമായി മറ്റൊന്ന്-സത്യാനന്തരകാലത്തിന്റെ സ്രഷ്ടാക്കൾ ലോകത്തെല്ലായിടത്തും ഇങ്ങനെയാണ്... 2014ൽ ഭാരതത്തിൽ പ്രധാനമന്ത്രിയായി അധികാരമേറ്റ നരേന്ദ്രമോദിയെ ക്കുറിച്ച് അദ്ദേഹത്തിന്റെ പ്രധാന രാഷ്ട്രീയ എതിരാളികൾ നിരന്തരം നടത്തിക്കൊണ്ടിരിക്കുന്ന ആരോപണങ്ങൾ മാത്രം പരിശോധിച്ചാൽ സത്യാനന്തരകാലത്തിന്റെ ഭീഷണമായ മുഖം മനസ്സിലാക്കാം" (ദേ.അ)

യഥാർത്ഥ ഇരകളെ വേട്ടക്കാരായി പുനർനിർവ്വചിക്കാനാണ് ശിവ പ്രസാദ് 'സത്യാനന്തരകാല' സങ്കൽപ്പനം ഉപയോഗപ്പെടുത്തുന്നത്. സാക്ഷാൽ വേട്ടക്കാരെ ഇരകളാക്കാനും. സത്യാനന്തരകാലത്തെ കുറ്റക്കാരായി നിർവ്വചിക്കപ്പെട്ടവരെല്ലാം ഇപ്പോൾ 'രാജ്യദ്രോഹ ക്കുറ്റം' ആരോപിക്കപ്പെട്ട് യു.എ.പി.എ പോലുള്ള മാരണനിയമം പ്രയോഗിക്കപ്പെട്ട് തടവറകളിൽ രോഗബാധിതരും മൃതപ്രായരുമായി കഴിയുകയാണ്. സത്യാനന്തരകാലത്തെ 'വ്യാജ സംസ്കാരത്തിന്റെ ഇരകളായി' ശിവപ്രസാദ് കാണുന്ന നരേന്ദ്രമോദിയുൾപ്പെടയുള്ള എല്ലാവർക്കും ഇതിൽ ഏറെ ആശ്വസിക്കാവുന്നതാണ്. നിരൂപകനായ ശിവപ്രസാദിന് ഉൾപ്പെടെ.

ദേശീയതയുടെ അടയാളങ്ങളിൽ പ്രകടിപ്പിക്കപ്പെടുന്ന ശിവപ്രസാദിന്റെ രാഷ്ട്രീയ ചിന്തകൾ യഥാർത്ഥത്തിൽ ഈ കുറിപ്പുകളിൽ ചർച്ചാ വിഷയമാക്കാൻ അർഹതയുള്ളതല്ലെന്ന്'സത്യാനന്തരകാല'ത്തെക്കുറിച്ചുള്ള പ്രധാന നിർവ്വചനം തന്നെ ഉറക്കെ സ്ഥാപിക്കുന്നുണ്ട്. അത്യന്തം ലാഘവത്വത്തോടെ വളരെ ഗുരുതരമായ ഒരു ദാർശനിക പ്രശ്നത്തെ സമീപിക്കുന്നത് ഒട്ടും ഗുണകരമാവില്ലെന്ന് സാഹിത്യ-സാംസ്ക്കാരിക വിഷയങ്ങളുടെ സങ്കീർണ്ണമായ വിവിധ മാനങ്ങളെക്കുറിച്ചുള്ള അന്വേഷണാനുഭവങ്ങളിൽ നിന്ന് മനസ്സിലാക്കിയിരിക്കേണ്ടത് ആവശ്യമാണ്. ഇളയരാജയുടെ സംഗീതത്തിലെ നിശ്ശബ്ദതയേയും 'ഭവസാഗരത്തിന്റെ തീരങ്ങളിലെ' നിരൂപകന്റെ ആത്മഭാഷണങ്ങളേയും 'ആദ്ധ്യാത്മരാമായണത്തിലെ ഭരതവാക്യ'ത്തിലടങ്ങിയ ദുരന്തധ്വനികളേയും ചട്ടമ്പിസ്വാമികളുടെ തത്ത്വമസി മഹാവാക്യത്തിന്റെ ലാവണ്യ ശാസ്ത്രത്തേയും ശ്രീനാരായണന്റെ 'അകം പുറംയാത്ര'കളെയും ഗഹനമായ അന്വേഷണങ്ങൾക്ക് വിഷയമാക്കിയ നിരൂപകന്റെ തൂലികയിൽ നിന്ന് 'സത്യാനന്തര കാലത്തിലെ ജനാധിപത്യത്തിന്റെ ഭാവി'യെക്കുറിച്ച് ഇത്തരം ഒരു ലേഖനം ഉൾപ്പെട്ടു കൂടാത്തതാണ്. ഈ വിഷയത്തെക്കുറിച്ച് ചിന്തിച്ചു തുടങ്ങും മുമ്പ് ഫാസിസ്റ്റ് ചിന്തയുടേയും നാളിതുവരെയുള്ള ഏകാധിപത്യ സ്വരൂപങ്ങളുടേയും ഉയർച്ചതാഴ്ച്ചകളെ കുറെക്കൂടി ആഴത്തിൽ

മനസ്സിലാക്കാനും ചരിത്രപരമായി പരിശോധിക്കാനും ക്ഷമാപൂർവ്വം തയ്യാറാകണമെന്നാണ് പറയാനുള്ളത്. ഫാസിസ്റ്റ് കാല ദുരന്തങ്ങളുടേയും അതിന്റെ പ്രഹസനമാതൃകകളുടേയും കേന്ദ്ര-കേരള പതിപ്പുകളെ കണിശമായി വിലയിരുത്താനുള്ള പുതിയ കരുക്കൾ ശിവപ്രസാദിന് സ്വന്തം അന്വേഷണങ്ങളിൽ നിന്നു തന്നെ കണ്ടെടുക്കാൻ കഴിയുമെന്ന് ഉറച്ച ബോദ്ധ്യമുണ്ട്.

(2021 സെപ്തംബർ 4-10)

വചനവും പ്രവൃത്തിയും
ഖസാക്കിന്റെ വൈരുദ്ധ്യങ്ങൾ

ഒന്ന്

വചനവും പ്രവൃത്തിയും തമ്മിലുള്ള സംഘർഷങ്ങൾ, സന്ധികൾ- ഖസാക്കിന്റെ ഇതിഹാസത്തിൽ അവ ജീവിതത്തിന്റെയും മരണത്തിന്റെയും വിധി നിർണ്ണയിക്കുന്ന ചോദ്യങ്ങളുടെ പ്രച്ഛന്ന രൂപ ത്തിലാണ് പ്രത്യക്ഷപ്പെടുന്നത്. വാക്കോ യാഥാർത്ഥ്യമോ? നോവൽ അഭിമുഖീകരിക്കുന്ന ഈ ചോദ്യം അവസാനിക്കാത്ത ഭാഷണങ്ങളുടെ യും ബിംബകൽപ്പനകളുടെയും പ്രശ്നഭൂമികയാക്കി 'ഇതിഹാസ'ത്തെ മാറ്റുന്നു. മനുഷ്യർ സൃഷ്ടിക്കുന്ന നരകത്തിന്റെയും സ്വർഗ്ഗത്തിന്റെയും ലോകങ്ങൾ തമ്മിലുള്ള സംഘർഷങ്ങൾക്ക് 'ഖസാക്കിൽ' കാരണമാകു ന്നത് വാക്കും യാഥാർത്ഥ്യവും തമ്മിലുള്ള വൈരുദ്ധ്യങ്ങളാണെന്നാണ് പറഞ്ഞു വരുന്നത്. നോവലിന്റെ പിറവിയുടെ കാലത്തെന്ന പോലെ അതിന്റെ വായന 'വിജയകരമായ അരനൂറ്റാണ്ട്' പിന്നിടുന്ന വർത്ത മാനകാലത്തും ഈ വൈരുദ്ധ്യങ്ങളാണ് സത്യമാകുന്നത്.

യാഥാർത്ഥ്യത്തിന്റെ പക്ഷത്തു നിന്നുള്ള ശബ്ദങ്ങളാണ് ഖസാക്കിൽ ഉറക്കെ ഉച്ചരിക്കപ്പെടാതെ പോകുന്നത്. ചിന്ത കൊണ്ടും ശരീരം കൊണ്ടു മുള്ള പ്രയത്നമാണ് യാഥാർത്ഥ്യത്തെ സൃഷ്ടിക്കുന്നത്. ആ യാഥാർത്ഥ്യ മാണ് ഇതിഹാസത്തിൽ 'നിഷിദ്ധപദ'മായി സങ്കൽപ്പിക്കപ്പെടുന്നത്.

ഫലത്തിൽ ഖസാക്കിലെ വചനങ്ങൾക്ക് യാഥാർത്ഥ്യം 'അന്യ'മാവു കയാണ്. നോവലിന്റെ ജനനത്തിനു ശേഷം പിന്നിട്ട അഞ്ചു പതിറ്റാണ്ടു കാലം ഖസാക്കിനകത്തും പുറത്തും അയിത്തം കൽപ്പിക്കപ്പെട്ട് അനാഥമായി അലയുന്ന ദൃഷ്ടജന്മമാണ് യാഥാർത്ഥ്യത്തിന്റേത്. അന്ന് ഖസാക്കിന്റെ രചനയിൽ വിജയൻ അകറ്റി നിർത്താൻ ശ്രമിച്ച യാഥാർത്ഥ്യം ഇന്നത്തെ അരാഷ്ട്രീയ വായനക്കും അത്യന്തം 'ആസ്വാദ്യകരമായി' തുടരുകതന്നെയാണ്.

യാഥാർത്ഥ്യങ്ങളിൽ നിന്ന് അന്യവൽക്കരിക്കപ്പെടുന്ന വാക്കുകൾ ഖസാക്കിൽ മിത്തുകളുടെ ബിംബ രൂപം കൈക്കൊള്ളുന്നു. ഇതിഹാസം എഴുന്നള്ളിക്കുന്നത് മിത്തുകളുടെ ബിംബ രൂപങ്ങളെയാണ്. ഭാഷണങ്ങൾ യാഥാർത്ഥ്യങ്ങളുമായല്ല, മിത്തുകളുമായാണ് ഇവിടെ ആത്മബന്ധം പുലർത്തുന്നത്. വാക്ക് വെറും ആചാരംമാത്രമായി മാറുകയാണിവിടെ. വാക്കിന്റെ യാഥാർത്ഥ്യം ഖസാക്കിന് അന്യമാണ്. വാക്കിന്റെ ആചാരവും പ്രാമാണ്യവും അതിന് സ്വന്തവുമാണ്. യാഥാർത്ഥ്യങ്ങളിൽ ഇടപെടാനും അവയെ തിരുത്താനും പുതിയ യാഥാർത്ഥ്യത്തെ സൃഷ്ടിക്കാനും ശ്രമിക്കുന്ന വാക്കിനെ സ്വപ്നം കാണാനുള്ള ശേഷിപോലും ഖസാക്കിനില്ല.

നഷ്ടപ്പെടാൻ യാതൊന്നുമില്ലാത്ത ഒരുപുരാവൃത്ത ലോക ത്തിലാണ് വാക്കും യാഥാർത്ഥ്യവും തമ്മിലുള്ള വൈരുദ്ധ്യങ്ങൾ ഖസാക്ക് നോവലിനെ കൊണ്ടുചെന്നെത്തിക്കുന്നത്. എല്ലം നഷ്ടപ്പെട്ടു കഴിഞ്ഞിരിക്കുന്ന ഈ ലോകത്ത് പുതുതായി നഷ്ടപ്പെടാൻ ഇനി യതൊന്നുമില്ല. കിളികളൊഴിഞ്ഞു പോയ കൂട്: കണ്ടു രസിക്കാം; വാക്കിന്റെ ആചാരപരമായ ആരവങ്ങൾ മാത്രം കേട്ട് മയങ്ങാം. നേടാനും നഷ്ടപ്പെടാനും വാക്കുകൾ മാത്രം! മറ്റൊരു ലോകവുമില്ല.

രണ്ട്

വാക്ബിംബങ്ങളും മിത്തുകളും കൊണ്ട് സ്വന്തമായ ഒരു മൂല്യവ്യവസ്ഥ ഖസാക്കിൽ രൂപീകരിക്കപ്പെടുന്നുണ്ട്. സത്യാസത്യങ്ങളെയും ശരിതെറ്റുകളേയും സ്വന്തമായി നിർണ്ണയിക്കുന്ന ഖസാക്കിന്റെ മൂല്യവ്യവസ്ഥ നവമായെന്തെങ്കിലും സൃഷ്ടിക്കാനുള്ള ചോദനയുടെ ഫലമായല്ല പിറവിയെടുക്കുന്നത്. യാഥാർത്ഥ്യേതരമായ ഒരു സാങ്കാൽപിക ലോകത്ത് വാക്കുകൾ കൊണ്ടുമാത്രം കെട്ടിയുണ്ടാക്കുന്ന മൂല്യവ്യവസ്ഥയാണിവിടെ. ചരിത്രപരമായി നമുക്ക് ഏറെ പരിചയമുള്ളതാണ് മിനുസമുള്ള വാക്കുകളാൽ രൂപീകൃതമാവുന്ന അത്യന്തം ആചാരപരമായ ഇത്തരം സാങ്കൽപ്പിക ലോകം. താളക്രമത്തിൽ ആവർത്തിക്കപ്പെടുന്ന

ആചാരബദ്ധമായ വാക്കുകളുടെ ചേരുവകൾ, ഓട്ടച്ചെണ്ടയുടെ കലമ്പലുകൾക്ക് തുല്യം ഉറക്കെയും ചിലപ്പോൾ പതിഞ്ഞും പൊള്ളയായ ശബ്ദങ്ങൾ കേൾപ്പിക്കുന്നു. മണിപ്രവാളത്തിന്റെയോ ചമ്പുക്കളുടെയോ സന്ദേശകാവ്യങ്ങളുടേയോ കഥകളി പദങ്ങളുടേയോ അഭിജാതങ്ങളായ ആവിഷ്ക്കാര രൂപങ്ങളായി പിറവികൊണ്ട 'വരേണ്യ' വചനങ്ങൾ, ഇന്നെവിടെയാണ്? ചരിത്രപ്രാധാന്യം മാത്രം അവശേഷിപ്പിച്ച് തിരിച്ചറിയപ്പെടാത്ത നിലയിൽ സൈന്ധവ ലിപികൾപോലെ അവയെല്ലാം മണ്ണടരുകളിലെവിടെയോ കുഴി മൂടപ്പെട്ടു പോയിരിക്കുന്നു. 'അധികൃത സാഹിത്യ' ത്തിന്റെ അംഗീകൃത മുദ്രകളണിഞ്ഞ് ഔദ്യോഗികമായി കൊട്ടിഘോഷിക്കപ്പെട്ട വാക്കുകളത്രയും ഉപേക്ഷിക്കപ്പെട്ട നിലയിൽ, പഴയ നാണയങ്ങൾ മാത്രമായി പ്രദർശന വസ്തുക്കളുടെ കൂട്ടത്തിലെവിടെയോ കിടക്കുകയാണിന്ന്. മറന്നു പോകരുതാത്തതാണ് ഈ ചരിത്രയാഥാർത്ഥ്യങ്ങൾ.

ഖസാക്കിന്റെ ആദിപാപം കമ്യൂണിസമാണ്. ഇതിഹാസത്തിന്റെ ഇതിഹാസത്തിൽ വിജയൻ ഖസാക്കിന്റെ ആദിപാപത്തെക്കുറിച്ച് സ്പഷ്ടമായി പറയുന്നുണ്ട്. കമ്യൂണിസവുമായുള്ള നാഭിനാളബന്ധമാണ്, യാഥാർത്ഥ്യത്തെ നോവലിൽ 'നിഷിദ്ധപദ' മാക്കി മാറ്റിയത്. അന്ന് രചനയിലെന്നപോലെ പിന്നീട് വായനയിലും കമ്യൂണിസവും അതിന്റെ യാഥാർത്ഥ്യങ്ങളുമെല്ലാം ഖസാക്കിൽ ഒഴിവാക്കപ്പെടേണ്ട 'ദുർഭൂതങ്ങളാ'യിത്തീർന്നു. കളിയാക്കപ്പെട്ടും ഒഴിവാക്കപ്പെട്ടും, ഈ വെറുക്കപ്പെട്ട പാപത്തിന്റെ 'ചെകുത്താന്മാർ', ഖസാക്കിന്റെ അരികുകളിലും അടിത്തട്ടുകളിലും ഒളിച്ചുകഴിയാൻ ഇക്കാലമാത്രയും നിർബന്ധിക്കപ്പെട്ടു. നോവലിന്റെ രചനയിൽ അന്നെന്നപോലെ, വർത്തമാന വായനകളിലും വാക്കുകൾ പാടിപ്പുകഴ്ത്തപ്പെടുകയും യാഥാർത്ഥ്യം പുറംതള്ളപ്പെടുകയും ചെയ്തു. വരേണ്യമായ നോവൽ വിലയിരുത്തലുകളിൽ മാത്രമല്ല. പുരോഗമന മുദ്രയണിഞ്ഞ 'കമ്യൂണിസ്റ്റ്' വിമർശനങ്ങളിലും ഈ 'ബാധയൊഴിപ്പിക്കൽ' കർമ്മം ആവർത്തിക്കപ്പെടുകയാണെന്നത് യഥാർത്ഥത്തിൽ ഖസാക്കിന്റെ ഇതിഹാസം നേരിടുന്ന വലിയൊരു ദുരന്തമാണ്.

മൂന്ന്

ഖസാക്ക് നോവൽ രചനയോടൊപ്പം അതിന്റെ വായനയും എങ്ങനെയെല്ലാമാകണമെന്ന് വിജയൻ നിർദ്ദേശിക്കുന്നുണ്ട്. ഇതിഹാസം എങ്ങനെ വായിക്കണം? എങ്ങനെ വായിക്കരുത്? 'ഇതിഹാസത്തിന്റെ ഇതിഹാസ'ത്തിൽ (വിജയന്റെ പിൽക്കാല കൃതി) വിജയൻ വിസ്തരിച്ച്

മാർഗ്ഗനിർദ്ദേശങ്ങൾ അവതരിപ്പിക്കുന്നത് നീക്കുപോക്കില്ലാത്ത ആധികാരികതയുടേയും ശാസനയുടേയും സ്വരത്തിലാണ്. നോവലിൽ പാലക്കാടൻ ഗ്രാമജീവിതത്തിന്റെ യഥാർത്ഥ ചിത്രം ദർശിച്ച സഹപാഠി സുഹൃത്തിനെ വിജയൻ ഒറ്റ തിരിച്ച് നിർത്തി പരിഹസിക്കുന്നുണ്ട്. വാക്കുകളുടെ ലാവണ്യത്തിൽ ലയിച്ചു ചേരുന്ന അജ്ഞാത വായനക്കാരന്റെ അഭിപ്രായത്തെ മാതൃകാപരമെന്ന് വിശേഷിപ്പിക്കുകയും ചെയ്യുന്നു. പിൽക്കാലത്ത് 'അയാൾ' (ആഷാമേനോൻ) അറിയപ്പെടുന്ന വിമർശകനും ഖസാക്ക് 'ആസ്വാദകനു'മായ സന്തോഷകരമായ അനുഭവം, വിജയൻ 'ഇതിഹാസത്തിന്റെ ഇതിഹാസ'ത്തിൽ ഓർമ്മിക്കുന്നുണ്ട്. പാലക്കാടൻ പരുക്കൻ ജീവിതത്തിന്റെ ഒന്നാംതരം ചിത്രീകരണം 'നോവലി'ന്റെ ആദ്യകാല വായനയിൽ സ്വന്തം സഹപാഠി കണ്ടെത്തിയത് വിജയനെ 'അമ്പരപ്പിക്കുകയും' 'വശം കെടുത്തുകയും' 'ഭയപ്പെടുത്തുകയും' ചെയ്യുന്നതെന്തുകൊണ്ട്? മൗലികമായ ഈ ചോദ്യം വാക്കും യാഥാർത്ഥ്യവും തമ്മിൽ ഖസാക്കിൽ നിലനിൽക്കുന്ന വൈരുദ്ധ്യങ്ങളിലേക്ക് വെളിച്ചം വീശാൻ ഒരു പരിധി വരെ നമ്മെ സഹായിക്കും.

രചനയിലെന്ന പോലെ നോവലിന്റെ വിമർശനത്തിലും പിൽക്കാലത്ത് യാഥാർത്ഥ്യം അസംഗതവും അപ്രസക്തവുമായതെന്തുകൊണ്ടെന്ന ചോദ്യവും ഇതോടനുബന്ധിച്ച് ഉയർത്തപ്പെടേണ്ടതായുണ്ട്. നോവൽ വായനയോടൊപ്പം വിമർശനവും 'പാപസങ്കീർത്തന'മായതിന്റെ അടിസ്ഥാനമെന്ത്? ഖസാക്ക് നോവലിൽ വിജയന് (രവിക്കും) പൂർത്തീകരിക്കേണ്ട പാപപരിഹാരങ്ങളും പ്രായശ്ചിത്ത കർമ്മങ്ങളും ചെയ്തു തീർക്കേണ്ട ജോലി വിമർശകന്റേതായത് ആരുടെ താൽപ്പര്യങ്ങൾ സംരക്ഷിക്കാനാണ്? ഖസാക്ക് വിമർശനം, നോവലിന്റെ സ്തുതിയും അനുബന്ധവുമായി പിൽക്കാലത്ത് പരിണമിച്ചു. വാക്കിന്റെ വിപരീതമായ യാഥാർത്ഥ്യം വിജയൻ ആഗ്രഹിച്ചതു പോലെ വിമർശനത്തിൽ ഒഴിവാക്കപ്പെട്ടു. യുക്തി അനാവശ്യമായി. നോവലിന്റെ നിഗൂഢമായ രാഷ്ട്രീയം, വിമർശനത്തിൽ അരാഷ്ട്രീയവൽക്കരിക്കപ്പെട്ടു. നോവലിനെയും മൂലഗ്രാമമായ തസ്രാക്കിനെത്തന്നെയും 'ഔദ്യോഗിക' വിമർശനം ഇടത്പക്ഷ-വലതുപക്ഷ ഭേദമില്ലാതെ പുരാവൃത്ത ബിംബമാക്കി പരിവർത്തിപ്പിക്കുകയും ചെയ്തു.

നാല്

ആദിയിൽ വചനമുണ്ടായി-ബൈബിൾ പറയുന്നു. ആദിയിൽ പ്രവൃത്തിയാണുണ്ടായതെന്ന് ഗൊയ്ഥെ ബൈബിൾ വചനത്തെ തിരുത്തി. ഖസാക്ക് വായനയിലും വിമർശനത്തിലും, വിജയൻ പറഞ്ഞു വെച്ച

കാര്യങ്ങൾ പോലെ തന്നെ പ്രധാനങ്ങളാണ് പറയാതെ വിട്ട കാര്യ ങ്ങളുമെന്ന സത്യം, നാം ഓർക്കേണ്ടതാണ്. പലപ്പോഴും പറയാതെ വിട്ടതാണ് കൂടുതൽ പ്രധാനങ്ങൾ. വിജയന്റെ പതിഞ്ഞ ശബ്ദങ്ങൾ, പിഴവുകൾ, ഒഴിവാക്കലുകൾ, നിഷേധങ്ങൾ, അടിക്കുറിപ്പുകൾ, പുതിയ പതിപ്പുകളിൽ വരുത്തിയ മാറ്റങ്ങൾ, വിജയന്റെ തന്നെ ഖസാക്ക് ഇംഗ്ലീഷ് പരിഭാഷ- നോവലിന്റെ യാഥാർത്ഥ്യം ഇവിടെയെല്ലാം മറഞ്ഞിരിപ്പുണ്ട്.

ഖസാക്കിന്റെ അടിത്തട്ടുകളിലേക്കും അരികുകളിലേക്കും പിന്തള്ള പ്പെട്ട യാഥാർത്ഥ്യം ആരുടെ (വിജയന്റെ പോലും) ശാസനകൾക്കും വഴങ്ങാതെ അവയുടെ ഞരക്കങ്ങൾ ഇന്നുംമെല്ലെ കേൾപ്പിക്കുന്നുവെ ന്നാണ് മനസ്സിലാക്കേണ്ടത്. ഗൊയ്ഥെയുടെ ഐതിഹാസികമായ ബൈബിൾ വചനത്തിരുത്തിന്റെ വർത്തമാനകാല പ്രസക്തിയെയാണ് ഖസാക്ക് വായനയും വിമർശനവും എന്നും ഓർമ്മിപ്പിക്കുന്നത്. പ്രവൃത്തി യിൽ നിന്ന് അന്യവൽക്കരിക്കപ്പെടുന്ന വാക്കുകൾ ജീവിതത്തിലെന്ന പോലെ കലയിലും അനിവാര്യമായ ദുരന്തം നേരിടുന്നു. യാഥാർത്ഥ്യവു മായുള്ള വൈരുദ്ധ്യങ്ങൾ കലയിൽ വാക്കിന്റെ ഒഴിവാക്കാനാവാത്ത ദുരന്തം വിരചിക്കുക തന്നെ ചെയ്യുന്നു.

(2021 ആഗസ്റ്റ്)

ആയിരത്തൊന്ന് രാവുകളുടെ അവസാനിക്കാത്ത നവീനാഖ്യാനങ്ങൾ

പി. ഹരികുമാറിന്റെ കവിതകൾ

ഒന്ന്

പി.ഹരികുമാറിന്റെ കവിതകൾ (അനുബന്ധം രണ്ടിൽ കവിതാമാതൃകകൾ) കേൾക്കാനുംവായിക്കാനും അവസരമുണ്ടായത് കോവിഡ് മഹാവ്യാധിയുടെ ആദ്യഘട്ടത്തിലാണ്. നമുക്ക് പരിചിതമായ സ്ഥിരം പാറ്റേണുകളെ ബോധപൂർവം നിരസിക്കുകയും അവയുമായി നിരന്തരം കലഹിക്കുകയും ചെയ്യുന്ന കവിതയുടെ സ്വഭാവമാണ് ആദ്യ വായനയിൽത്തന്നെ അവയെ ഗൗരവത്തോടെ സമീപിക്കാൻ പ്രേരിപ്പിച്ചത്. സ്ഥിരംപാറ്റേണുകളെ നിരസിക്കുന്നതും, അവയുമായി നിരന്തരം കലഹത്തിൽ ഏർപ്പെടുന്നതും ഹരികുമാറിന്റെ കവിതയിൽ തൊലിപ്പുറമെ കാണപ്പെടുന്ന പ്രത്യേകതകളല്ല; കവിതയുടെ ജൈവപ്രകൃതം തന്നെയാണ് ഈ പ്രത്യേകതകൾക്ക് കാരണമെന്ന് അവയുടെ ആവർത്തന സ്വഭാവത്തിൽ നിന്ന് മനസ്സിലാക്കാവുന്നതാണ്. രാഷ്ട്രീയമായി ഏറെ അർത്ഥധ്വനികൾ ഹരികുമാർ കവിതകളിലെ നിരാസ-കലഹ ഭാവങ്ങൾക്കുണ്ടെന്ന് തിരിച്ചറിയേണ്ടതുണ്ട്.

കോവിഡ് മഹാവ്യാധികാലത്തെ മഹാവിപത്തുകളായ രണ്ടു വൈറസ്സുകൾക്ക്-രോഗവ്യാധിയുടെയും ഫാസിസ്റ്റ് അധികാരശക്തിയുടെയും വൈറസ്സുകൾക്ക്-മുന്നിൽ ഭയചകിതനായി കീഴടങ്ങി അടിമമനോഭാവത്തിന്റെയും അധമബോധത്തിന്റെയും തടവിൽ കഴിയുന്ന വായനക്കാരനെയാണ് ഇന്ന് ഹരികുമാറിന്റെ കവിത നേരിട്ട് അഭിസംബോധന ചെയ്യുന്നത്. കവിത ഉൾക്കൊള്ളുന്ന നിഷേധാത്മകതക്കും കലഹമനസ്ഥിതിക്കും രാഷ്ട്രീയമാനം കൈവരിക്കാൻ കഴിയുന്നത് ഈ സവിശേഷ പരിതസ്ഥിതിയിലാണ്. ഇതോടെ കവിതയുടെ ജൈവ പ്രകൃതം, രാഷ്ട്രീയപ്രകൃതമായി പരിണമിക്കുന്നു. ഇത് ഗുണപരമായ പരിവർത്തനം തന്നെയാകുന്നു.

രണ്ട്

രൂപത്തിന്റെയും ഉള്ളടക്കത്തിന്റേയും നിലവിലുള്ള പാറ്റേണുകളെ ധിക്കരിക്കുവാനും, നവമായവയെ കണ്ടെത്താനും, ഹരികുമാർ കവിതകളെ പ്രാപ്തമാക്കുന്നത് ദുരന്താനുഭവങ്ങളെക്കുറിച്ചുള്ള തീവ്രമായ ഉൾക്കാഴ്ച്ചകളാണ്. അപ്രതീക്ഷിതമായി ആരും ചെന്നകപ്പെട്ടുപോകാവുന്ന ചുഴികളുടെ സാന്നിദ്ധ്യം കവിതകളെ ഏറെ ഉൾക്കനമുള്ളതാക്കുന്നു. അവയുടെ വക്കത്തെത്തിപ്പെടുന്ന വായനക്കാരനെ, ഒരു നെടുവീർപ്പ് കൊണ്ടുപോലും ആശ്വസിപ്പിക്കാൻ മെനക്കെടാതെ അതിജീവനത്തിന്റെ വഴി കണ്ടെത്തേണ്ട ഉത്തരവാദിത്തം അവരവരുടേതാണെന്ന് പറയാതെ പറയുകയാണ് കവിതകൾ പലപ്പോഴും. ഒഴുക്കില്ലാതെ കെട്ടിക്കിടക്കുന്ന തെളിമയുള്ള ജലാശയങ്ങളിലും, ശാന്തമായുള്ള ഒഴുക്കുകളിലും മാത്രം നീന്തി പരിചയിച്ചവരുടെ വായനയുടെ ശീലങ്ങൾക്ക് വഴങ്ങാൻ ഹരികുമാർ കവിതകൾ മിക്കപ്പോഴും കൂട്ടാക്കുന്നില്ല. മുഖ്യധാരാ മലയാള കവിതയിൽ ഇന്ന് പ്രാബല്യത്തിലുള്ള ഭാവുകത്വ ശീലങ്ങളുമായി ഒരുതരത്തിലും സന്ധിയിലേർപ്പെടാനും, സമരസപ്പെടാനും ഒരുക്കമില്ലാത്ത ഒരു കവിയുടെ നൂതനമായ അനുഭവ മണ്ഡലത്തിലാണ് നാമെത്തിപ്പെട്ടിരിക്കുന്നത് എന്ന ബോധത്തോടെ വേണം, ഓരോ ഹരികുമാർ കവിതയേയും സമീപിക്കാൻ. വെറും കൈയോടെ കവിതയെഴുത്ത് ആരംഭിക്കുകയും, വെറും കൈയോടെ കവിതയെഴുത്ത് ആരംഭിക്കുകയും, വെറും കൈയോടെ കവിതാ വായന നടത്തുകയും ചെയ്യുന്നവർ ചേർന്ന് നടത്തുന്ന കവിതയെന്ന പങ്ക് കച്ചവടത്തിന്റെ കണ്ണിൽ ഹരികുമാർ കവിതകൾ തീർച്ചയായും 'നഷ്ടക്കച്ചവട'മാകാനാണ് സാധ്യത. കാരണം, അവർക്കുൾക്കൊള്ളാനും ചെന്നെത്തിപ്പെടാനും കഴിയാത്ത വിസ്തൃതി കവിതകളുടെ അനുഭവഭൂപടത്തിനുണ്ട്.

എളുപ്പത്തിൽ പ്രാപിക്കാനാവാത്ത ഉയരങ്ങളിലും ആഴങ്ങളിലുമാണ് ആ കവിതകൾ വ്യാപരിക്കുന്നത്.

മൂന്ന്

ഹരികുമാർ എന്ന കവിക്ക് കവിത എന്താണ്? അനുഗ്രഹിക്കപ്പെട്ട ഒരസുലഭ നിമിഷത്തിന്റെ വെളിപാടിൽ പുറപ്പെടുവിക്കുന്ന ചെത്തിമിനുക്കിയ വാക്കുകൾ കവിതയിലെ അസംബന്ധങ്ങളായിത്തീരുകയാണിവിടെ. മഹായുദ്ധത്തിന്റെ ഭീഷണമായ നിഴൽപോലെ 'ഇരട്ട വൈറസ്സുകളു' ടെ മാരകവിപത്ത് ജീവന്റെ നിലനിൽപ്പിനെക്കുറിച്ച് പോലും അടിസ്ഥാനപരമായ സംശയങ്ങൾ ഉയർത്തുന്നുണ്ട്. ഈ സാഹചര്യത്തിൽ കവിതയുൾപ്പെടെയുള്ള ഒരു കലാരൂപത്തിനും, 'സ്ഥിരത'യേയും 'നിത്യത'യേയും കുറിച്ചുള്ള സ്വപ്നങ്ങൾ അധികകാലം കൂടെക്കൊണ്ടു നടക്കാനാവില്ല. ഹരികുമാറിന്റെ കവിതകൾ തിരമാലകൾക്ക് തുല്യം ആർത്തിരമ്പുന്നത്, ഇടതടവില്ലാതെയാണെന്നത് നമ്മെ ഒട്ടും അത്ഭുതപ്പെടുത്തുകയില്ല. ഈ നിമിഷവും അതിന്റെ തുടിപ്പുകളും ജീവന്റെ സാന്നിദ്ധ്യത്തെ ആവർത്തിച്ച് ഉദ്ഘോഷിക്കുന്നതുപോലെ ജീവന്റെ തുടിപ്പുകൾ പേറുന്ന കവിതയുൾപ്പെടെയുള്ള എല്ലാ കലാരൂപങ്ങൾക്കും അവയുടെ ആവിഷ്ക്കാര രൂപങ്ങളെ സ്വയം കണ്ടെത്താതെ വയ്യ! ഹരികുമാർ കവിതകളിൽ ആവർത്തിക്കപ്പെടുന്ന കവണക്കല്ലുകൾക്ക് തുല്യമായ മൂർച്ചയുള്ള വാക്കുകൾ ഈ നിമിഷത്തിന്റെ ഉദ്ദേശ്യലക്ഷ്യങ്ങൾ നിറവേറ്റാനുള്ള ആയുധങ്ങൾ എന്ന നിലയിലാണ് പ്രയോഗിക്കപ്പെടുന്നത്. വരുമെന്ന് ഉറപ്പില്ലാത്ത നാളേക്ക് വേണ്ടി നിക്ഷേപിക്കാൻ നല്ലവാക്കുകളൊന്നു ഹരികുമാർ കവിതകളുടെ ലോകത്ത് അവശേഷിക്കുന്നില്ലെന്നത് ഒരു പരമാർത്ഥമാണ്!

നാല്

നമ്മുടെ കാലം ഒരു കവിയിൽ നിന്ന് ആവശ്യപ്പെടുന്നതെന്താണെന്ന് പെട്ടെന്ന് നിർണ്ണയിക്കാൻ കഴിയാത്ത അവ്യവസ്ഥിതത്ത്വത്തിന്റെ കുഴഞ്ഞു മറിഞ്ഞ അവസ്ഥ ഇന്ന് നിലവിലുണ്ട്. ഈ സാഹചര്യത്തിൽ കാലവും ദേശവും കവിതയെ കൊണ്ടു ചെന്നെത്തിക്കുന്നത് എവിടെ എങ്ങനെ ഏതു വിധത്തിലായിരിക്കും എന്നതിന്റെ പ്രസക്തമായ സൂചനകൾ ചൂണ്ടിക്കാട്ടാൻ ഹരികുമാർ കവിതകൾ നമുക്ക് തുണയാകുമെന്നതിന് യാതൊരു സംശയവുമില്ല. ചലനാത്മകതയെയും അതിവേഗതയേയും മാത്രം അനുസരിക്കുന്ന മാറിമറയുന്ന മൂല്യബോധത്തേയും, എവിടെയും നിൽക്കാതെ കുതിക്കുന്ന അനുഭവക്കാഴ്ച്ചകളെയും

സത്യസന്ധമായി വാക്കുകളിൽ ആവാഹിക്കാൻ കവിതയെ പ്രാപ്ത മാക്കുന്നത് ഒട്ടും ചെറിയ കാര്യമല്ല. അതിന്റെ പത്യക്ഷപത്രങ്ങളായ കവിതകൾ നമ്മുടെ വായനയെ മുട്ടുമ്പോൾ പോലും തിരിച്ചറിവില്ലാതെ എഴുതിയ കവിയുടെ ജാതകകം തിരഞ്ഞ് കവിതയുടെ മൂല്യം നിർണ്ണയി ക്കുന്ന ശീലം ശരിയല്ലെന്ന് പറയാനെങ്കിലും നമുക്ക് കഴിയണം. ഏറ്റവും ചുരുങ്ങിയത് കവിതയിലും കലയിലും വരേണ്ടിയിരിക്കുന്ന പ്രചണ്ഡമായ ഒരു മാറ്റത്തിന്റെ ആദ്യത്തെ പൊടിപ്പുകൾ ഇവിടെ സന്നിഹിതമായു ണ്ടെന്ന് മനസ്സിലാക്കാനെങ്കിലും നമുക്കാകണം.

അഞ്ച്

സാമാന്യവൽക്കരണങ്ങൾക്ക് അത്രയെളുപ്പത്തിൽ വഴങ്ങുന്നവയല്ല ഹരികുമാറിന്റെ കവിതകൾ. അവയെക്കുറിച്ച് സാമാന്യമായ നിരീക്ഷ ണങ്ങൾ മാത്രം ഒഴുക്കൻ മട്ടിൽ നടത്തി വെറും കാഴ്ച്ചക്കാരായി കടന്നു പോകാൻ അതാരെയും അനുവദിക്കില്ല. വിശേഷങ്ങളാണ് കവിതക ളിൽ നിറയെ. കാഴ്ച്ചയെയും കേൾവിയേയും ഗന്ധത്തെയും സ്പർശത്തേ യുമെല്ലാം സവിശേഷാനുഭവങ്ങളാക്കി തന്റെ പരുഷഭാഷയിലേക്ക് പരിഭാഷപ്പെടുത്തുകയാണ് ഹരികുമാർ. കവിതകളെക്കുറിച്ച് ആർക്കും ആലങ്കരികമായി ചിലത് പറഞ്ഞു പോകാൻ കഴിയുന്നതുപോലെ ഹരികുമാറിന്റെ ഈ അനുഭവലോകത്തെ അഭിമുഖീകരിക്കാനും ഒരു മാറ്റവും സംഭവിക്കാത്തതുപോലെ നിഷ്കളങ്കമായി കടന്നു പോകാനും വായനക്കാരന് കഴിയില്ല. സമാന്യാവലോകനങ്ങൾക്ക് വഴങ്ങാത്തതും സവിശേഷമായ പരിചരണങ്ങൾ പ്രത്യേകം അർഹിക്കുന്നതുമാണ് അവയുടെ സ്വഭാവമെന്ന് വളരെ വേഗം വായന ബോദ്ധ്യപ്പെടുത്തുന്നു ണ്ട്. സൂക്ഷ്മമായ നോട്ടങ്ങൾ, ആഴത്തിലുള്ള ദാർശനിക സമസ്യകൾ- ഇവയുടെ സങ്കീർണ്ണമായ ചേർച്ചകൾ അപൂർവ്വ കണ്ടെത്തലുകളിലേക്ക് മിന്നൽ വെളിച്ചം പകരാൻ ഹരികുമാറിന്റെ ചുരുക്കെഴുത്തു രചനകൾക്ക് കൺ ചിമ്മി തുറക്കുന്ന നേരം മാത്രംമാതി. സാങ്കൽപ്പികവും വാസ്തവി കവുമായ കാലങ്ങളിലും ഭൂഖണ്ഡാന്തരങ്ങളിലും വിചിത്രമാനസ തീര ങ്ങളിലും അറ്റംകാണാത്ത മരുപ്പരപ്പുകളിലും ഭാവനാസാനുക്കളിലും അനുഭവച്ചീളുകൾ തേടി അലയുന്ന കവിതയാണിത്.

ആറ്

'പ്രവാസിയുടെ മുണ്ട്' എന്ന ഒരൊറ്റ രൂപക കൽപ്പനയുടെ സഹാ യത്തോടെ ഹരികുമാറിന്റെ കവിത എത്തിച്ചേരുന്നത് ആരുടെ, ഏതെല്ലാം അനുഭവ ജീവിതത്തിന്റെ ഉള്ളറകളിലേക്കാണെന്ന

അന്വേഷണം കവിതാ വിമർശനം മാത്രം നേരിടുന്ന വെല്ലുവിളിയല്ല. അത് ഒരാളുടെ കവിതാ ജീവിതത്തിന്റെ മർമ്മങ്ങളെയെല്ലാം അർത്ഥവത്തായി സംക്ഷേപിക്കുകയും നിർവ്വചിക്കുകയും ചെയ്യുന്നുണ്ട്. മദ്ധ്യവർഗ്ഗ ഭാവുകത്വത്തിന്റെ കൂട്ടലുകളും കുറയ്ക്കലുകളും കോറിയിട്ട സുരക്ഷിതവും അരാഷ്ട്രീയവുമായ കാവ്യസങ്കൽപ്പ ഭൂപടമാണ് ഒരു പ്രവാസിവികൃതിയുടെ കരിക്കട്ടക്കറുപ്പിനാൽ മാറ്റി വരക്കപ്പെടുന്നത്. ഇത് നിരുപദ്രവകരവും നിഷ്കളങ്കവുമായി കവിതയിൽ മാത്രം സ്വാഭാവികമായി ഉണ്ടാകുന്ന ഒരു പരിണാമമല്ല. സാമൂഹികം, രാഷ്ട്രീയം, പാരിസ്ഥിതികം, മതപരം, ജാതീയം, ലിംഗപരം... വേരുകൾ നഷ്ടപ്പെട്ട് കുടിയേറ്റ ജനതയായി അലയാൻ നിർബന്ധിക്കപ്പെടുന്ന പ്രവാസജീവിതങ്ങൾക്കിടയിലെവിടെയോ നിന്ന് അതിരുകൾ മായ്ക്കുന്ന ഒരലർച്ച നീതിക്ക് വേണ്ടി മുഴങ്ങുന്നത് കവിതയുടെ ശബ്ദമായി അധികാരവാതിൽക്കൽ ചെന്നലയ്ക്കുന്നുണ്ട്. അത് കാണാനും കേൾക്കാനുമുള്ള ആളുകൾ ഇവിടെ നന്നെ കുറവാകുന്നു. ഈ അവസ്ഥയാണ് കവിതകളെ സംഘർഷാത്മകവും ദുരന്തപൂർണ്ണവുമാക്കുന്നത്. കൂട്ടംതെറ്റി വേരറ്റുപോയ പ്രവാസ ജീവിതത്തിന്റെ അനാഥ രൂപകമായി 'മുണ്ട്' എന്ന പരിചിത കൽപ്പന അതോടെ മാറുകയാണ്. കവിതകളിൽ പല ശീർഷകങ്ങളിലായി രൂപഭാവ പരിണാമങ്ങളിലൂടെ 'മുണ്ട്' പുനരവതരിക്കുന്നു. എത്രതരം കവിതാ മുണ്ടുകളുണ്ടെന്നത് ഒഴുക്കൻ വായനയിൽപ്പോലും കൗതുകകരമാണ്. മുണ്ടിന്റെ രൂപാന്തരങ്ങളായി പ്രവാസി മുണ്ട്, എത്ത്നിക് മുണ്ട്, കണ്ണേട്ടന്റെ മുണ്ട്, ജഗന്നാഥൻ മുണ്ട്, മുണ്ടിനെപ്പറ്റി അമ്മ, പ്രവാസിയുടെ മുണ്ട് മേള... വിവിധ ശീർഷകങ്ങളിലൊതുങ്ങുന്നതല്ല മുണ്ടിന്റെ രൂപഭാവ പരിണാമങ്ങൾ. ഗ്രാമീണതയുടെയും കുട്ടിക്കാലത്തിന്റെയും ആതുരാവസ്ഥകളുടേയും വാർദ്ധക്യ പരിതാപങ്ങളുടേയും ദാരിദ്ര്യ ദുഃഖങ്ങളുടേയും ഒറ്റപ്പെട്ട ജീവിതങ്ങളുടെ രൂപകമായിത്തീരുകയാണ് 'മുണ്ട്'.

ഏഴ്

ഏറെ സന്ദിഗ്ദ്ധതകളുള്ള ഇന്നത്തെ ജീവിതാവസ്ഥകൾക്കിടയിലും അസന്ദിഗ്ദ്ധമായ യാഥാർത്ഥ്യത്തിന്റെ ചില സൂചനകൾ ഹരികുമാർ കവിതകളിലുള്ളത് വായന തിരിച്ചറിയേണ്ടതുണ്ട്. കവിതയുടെ ദിശയേയും മൂല്യബോധത്തേയും കുറിച്ചുള്ള ചോദ്യങ്ങൾ പുരോഗമന പക്ഷത്ത നിന്ന് ഉയർത്തുന്നവർക്ക് ഹരികുമാർ കവിതകളെ വിലയിരുത്തുമ്പോൾ ഈ സൂചനകൾ കണ്ടില്ലെന്നും കേട്ടില്ലെന്നും ഭാവിച്ച് കടന്നു പോകാനാവില്ല. ഒരുപാധിയുണ്ടെന്ന് മാത്രം : അത് തിരിച്ചറിയാൻ അത്യാവശ്യം വേണ്ട വായനാ സാക്ഷരത പൈതൃകജ്ഞാനത്തിൽ നിന്നും ചരിത്ര-രാഷ്ട്രീയ

ബോദ്ധ്യത്തിൽ നിന്നും ആർജ്ജിക്കേണ്ട ഉത്തരവാദിത്തം വായിക്കുന്ന വർക്കുണ്ട്. തുടക്കത്തിൽ പറഞ്ഞുവെച്ചത് പോലെ ഒഴിഞ്ഞ മനസ്സ് മാത്രം മൂലധനമാക്കി എഴുതാനൊരുങ്ങുന്നവരെ തൃപ്തിപ്പെടുത്താൻ ഹരികുമാറിന്റെ കവിതകൾക്കാവില്ല. അതു സാധിക്കാത്തത് ഏറെ മൗലികവും സവിശേഷവുമായ പ്രത്യേകതകൾ അവ ഉൾക്കൊള്ളു ന്നു എന്നതിനാലാണ്. അർദ്ധ സുഷുപ്തിയിൽ അലസമായി കവിത വായിക്കുന്നയാൾ 'സബ് വേയിലിറങ്ങിയ സേതുലക്ഷ്മി' എന്ന കവിത വായിച്ചവസാനിപ്പിക്കും മുമ്പ് കണ്ണിൽ പെടുന്നത് ഈ വരികളാണ്:

"സൂര്യ വെട്ടമേ
ഈ വിസ കീറിക്കളഞ്ഞ്
ആയപ്പാച്ചിൽ വെടിഞ്ഞ്
ഞാനിതാ തിരിച്ചു വരുന്നു
നിന്റെ ഉദയസൗമ്യതയിലേക്ക്
ഉച്ചപ്പൊള്ളലുകളിലേക്ക്!"

സബ് വേ അവസാനിക്കുന്നു എന്ന് മാത്രം മനസ്സിലാക്കി വായന ഇവിടെ അവസാനിപ്പിക്കുന്നയാൾക്ക് കവിതയെ ലാഘവത്വത്തോടെ കാണാനുള്ള സ്വാതന്ത്ര്യമുണ്ട്. അതേസമയം അൽപ്പം കലാപൈതൃക ത്തിന്റെയും ചരിത്രജ്ഞാനത്തിന്റെയും രാഷ്ട്രീയ ബോദ്ധ്യത്തിന്റെയും പിൻബലമുള്ളയാൾക്ക് സൂര്യവെട്ടം പകർന്നു കൊടുക്കുന്നത് നിലനിൽ ക്കുന്ന തമോഗർത്തങ്ങളെയെല്ലാം അസംബന്ധങ്ങളാക്കി മാറ്റുന്ന ജീവോർജ്ജത്തിന്റെ ആദിമമായ ഉറവിടത്തെയാണ്. എന്തു വായി ക്കുന്നു എന്നതുപോലെ തന്നെ പ്രധാനമാണ്, എങ്ങനെ? എന്തിന്? വായിക്കുന്നു എന്നീ ചോദ്യങ്ങളും

എട്ട്

കരിങ്കൽച്ചീളുകൾ പോലെയുള്ള വാക്കുകൾ എന്ന് ഹരികുമാർ കവി തകളിലെ പദപ്രയോഗത്തെ തുടക്കത്തിൽ വിശേഷിപ്പിച്ചത് അലങ്കാര കൗതുകം കൊണ്ടല്ല; നിയതമായ അർത്ഥത്തിൽ തന്നെയാണ്. കവിതയിലെ ഓരോ വാക്കും ലക്ഷ്യവേധിയായി പ്രയോഗിക്കപ്പെട്ടു മ്പോൾ യഥാർത്ഥത്തിൽ കളി വസ്തുക്കളുടെ കുട്ടിത്തം വിട്ട് സമകാലിക കവിതയിലെ വാക്ക് സാഹസിക ക്രിയയായും പ്രതിക്രിയയായും രൂപാന്തരപ്പെടുകയാണ്. നർമ്മവും രോഷവും ചിന്തയും കാരുണ്യവും യുക്തിയും പ്രതിഷേധവും ദാരിദ്ര്യവും വിഭ്രാന്തിയും എല്ലാം ഒന്നിച്ച് ഒരൊറ്റ ച്ചൂളയിൽ ഉരുകിത്തിളച്ച് പൊള്ളിക്കുന്ന വാക്കുകൾ ഇപ്രകാരം പുറപ്പെട്ടുവിക്കുന്നു:

'എന്നിട്ടുമെന്തിനാണ്/പേരക്കുട്ടിയെ/നീ അകറ്റുന്നത്?'
എന്തിനാണ്/നീയെന്നെ/ഇങ്ങനെത്തന്നെ നോക്കുന്നത്?

(മക്കളേ)

'നമ്മുടെയൊക്കെ ആശയല്ലേ നക്ഷത്രം,
പുത്തൻ പുത്തനായി അത് വേണ്ടേ ?'

(കിറുക്കൻ കുര്യാക്കോസിന്റെ ജീവിതം)

'ഇവളെന്റെ അമ്മയായിരുന്നു/എന്നെ അറിയിക്കാതിറങ്ങിയ താണ് /ഇന്നോളമിവളെങ്ങനെ കഴിയുന്നുവോ?'
'ഇവളെന്റെ പെങ്ങളായിരുന്നു/കാമുകിയായിരുന്നു/ ഭാര്യയായി രുന്നു/മകളായിരുന്നു/പേരമകളായിരുന്നു'

(എന്റെ കറുത്തകറമ്പി)

'തൊട്ടു തലോടിയില്ലെങ്കിലും വേണ്ട/നന്ദിയുണ്ടിന്ന്;/മുറിച്ചു കളഞ്ഞി ല്ലല്ലോ നിങ്ങൾ/ഈ വേണ്ടാത്ത വിരലുകൾ'

(ഫാദേഴ്സ് ഡേ)

'മലയാളിയൊക്കെ, മലയാളിയല്ലെടോ!'

(മലയാളിയല്ല, മലയാളി)

'ലോക്കലിലെ ഈറ്റപ്പുലി മുഖങ്ങൾക്കിടയിൽ/സ്വന്തം മക്കളും!?'

(നഗരമുഖം)

'നിനക്കുമുണ്ടോ/പൊതിഞ്ഞു കരുതുമൊരു ചുവപ്പ്താൾ?/
ആശയുണ്ടതൊരു നോക്കു കാണുവാൻ/ആണ്ടു പരീക്ഷയ്ക്ക് മുന്നമേ!'

(എഴുതാപ്പുറം)

'നീയും നീയുംനീയും.../നീയുമെൻ രാജൻ/
അധികാരം / കാമം തീർക്കാൻ /കുത്തിക്കീറിയ നിറധമനി നീ'
'നീയെവിടെ? എവിടെ ?/വേട്ടപ്പക മണക്കുമീ/നഗരകാന്താര ത്തിൽ/
തേടിത്തളർന്ന്നൊരീ ഏട്ടനെ/ചുമരിൽ താങ്ങേണ്ട നിന്നെ/
കാണാതെങ്ങനെ മടങ്ങേണ്ടു ഞാൻ?'

(രാജനുണ്ട് ന്യൂയോർക്കിൽ)

വാക്കുകൾ, നിശിത ചോദ്യങ്ങളായും നിശ്ചിത ഉത്തരങ്ങളായും സ്വയം കീറിമുറിക്കുന്ന തിരിച്ചറിവുകളായും ആത്മഭാഷണങ്ങളായും, പൊള്ളിക്കുന്ന ഓർമ്മകളായും ഭ്രാന്തൻ പുലമ്പലുകളായും അധഃകൃത വചനങ്ങളായും ഉയിർ തേടുന്നത്, ഹരികുമാർ കവിതകളുടെ ലോകത്തെ, വെളിച്ചമുറങ്ങാത്ത ആയിരത്തൊന്നു ദിനരാത്രങ്ങളുടെ അവസാനിക്കാ ത്ത നവീനാഖ്യാനങ്ങളാക്കി മാറ്റിത്തീർക്കുന്നുണ്ട്.

(2021 ഡിസംബർ 1)

‘ഭൂമി, സ്വർഗ്ഗം, നരകം’ സുകുമാർ അണ്ടലൂരിന്റെ കവിതാലോകങ്ങൾ

ഒന്ന്

സുകുമാർ അണ്ടലൂരിന്റെ കവിതകൾക്ക് അമ്മ ഒരഭയസ്ഥാനമാണ്. ‘എന്റെ അമ്മ അറിയാൻ’ എന്ന ആരംഭത്തിലെ സമർപ്പണവാക്യം, അത് തുറന്ന് പ്രകടിപ്പിക്കുന്നുണ്ട്. കേവലം ഉപചാരത്തിനുവേണ്ടിയുള്ള സമർപ്പണവാചകമല്ല ഇതെന്നും ആർജ്ജവത്വത്തോടെയുള്ള ഏറ്റുപറച്ചിലാണെന്നും ‘സഹനയാത്രയിൽ’ എന്ന സമാഹാരം ബോധ്യപ്പെടുത്തുന്നുണ്ട്. കവിതയുമായി ആത്മബന്ധം പുലർത്തുന്ന അമ്മ എന്ന കേന്ദ്രബിംബത്തിന്, അനേകം പുനർജന്മങ്ങൾ ഭിന്നരൂപങ്ങളിൽ സാധ്യമാകുന്നുണ്ട്. പരമ്പരാഗതമായ ഒരു പൊക്കിൾക്കൊടി ബന്ധത്തിന്റെ വെറും ആവർത്തനമല്ല, സുകുമാറിന്റെ കവിതകളിലേത്. അമ്മ-മകൻ ദ്വന്ദ്വം പരിണാമദശകൾ അനവധി പിന്നിടുകയും പുനരുജ്ജീവനത്തിന്റെ പുതുവഴികൾ അന്വേഷിക്കുകയും ചെയ്യുന്നു. അതിനാൽ ഏത് രൂപത്തിലും ഭാവത്തിലുമാണെങ്കിലും വിളിപ്പുറത്തുള്ള ഒരു ജീവസാന്നിദ്ധ്യമാണ് കവിതയിലെ അമ്മ. അമ്മയുടെ ഉണ്മയേയും ഇല്ലായ്മയേയും ആധാരമാക്കുന്നതാണ് സുകുമാർ അണ്ടലൂരിന്റെ അഞ്ച് പതിറ്റാണ്ടിലധികം ദൈർഘ്യമുള്ള കവിതാജീവിതം. ‘ഇല്ലായ്മ’ പൊരുത്തപ്പെടാനാവാത്ത ഒരു രൂപകമായി കവിതകളിൽ ആവർത്തിച്ച് അവതരിപ്പിക്കപ്പെടുന്നു.

അമ്മയുടെ നഷ്ടം, മഹാശൂന്യതയായി കവിതയെ നേരിടുന്നു. അകൽച്ച അടുപ്പത്തെ, വിയോഗം സംയോഗത്തെ, വിച്ഛേദം ദൃഢബന്ധത്തെ, ഇല്ലായ്മ ചെയ്യുന്നിടങ്ങളിൽ സുകുമാറിന്റെ കവിത കടുത്ത ആത്മസംഘർഷങ്ങൾക്ക് അടിമപ്പെടുന്നു. അതിനാൽ 'എന്റെ അമ്മ അറിയാൻ' എന്നത് പ്രാഥമികതലത്തിൽ മാനസിക വ്യഥകളെയും സംഘർഷങ്ങളെയും സംവേദനം ചെയ്യാനുതകുന്ന സമർപ്പണ വാക്യത്തിന്റെ ധർമ്മം ഫലപ്രദമായി നിർവ്വഹിക്കുന്നു.

രണ്ട്

ന്യൂനോക്തി, സുകുമാർ അണ്ടലൂരിന്റെ കവിതകളിൽ അടിയൊഴുക്കായി പ്രവർത്തിക്കുന്നു. ന്യൂനീകരണം കവിതയുടെ ശീർഷകം മുതൽ ആരംഭിക്കുന്നു. ഒരുതരം ലളിതവൽക്കരണം തന്നെയാണിത്. സങ്കീർണ്ണമായവയെ, ലളിതമായിക്കാണാൻ വായനക്കാരൻ പ്രേരിപ്പിക്കപ്പെടുന്നു. സുകുമാറിന്റെ കവിതകളിൽ എല്ലാം 'ലളിത'മാണ്. വാക്കുകൾ, പ്രയോഗങ്ങൾ, കൽപ്പനകൾ, വീക്ഷണങ്ങൾ... ലളിതമായ ഭാഷയേയും ആവിഷ്ക്കരണരീതികളേയും, ലാഘവത്വത്തോടെ സമീപിക്കാനാണ് വായനക്കാരൻ പരിശീലിപ്പിക്കപ്പെടുന്നത്. 'കൊളാഷ്' കാഴ്ചകളെപ്പോലും ലളിതമായ നർമ്മഭാവനയായി കാണാനാണ് അലസവായനക്ക് താൽപ്പര്യം. പ്രത്യക്ഷത്തിലുള്ള ലാളിത്യം, സുകുമാറിന്റെ കവിതയിലെ അപ്രിയസത്യത്തെ മൂടിവെക്കാനുദ്ദേശിച്ചുള്ളതാണ്. ആഴങ്ങൾ, പലതും മറച്ചുവെക്കപ്പെടുകയാണ്. പടവുകൾ പിന്നിട്ട് കഴിയുമ്പോഴാണ് വാക്കുകളുടെ ആഴങ്ങളെ മുഖാമുഖം നേരിടാൻ വായനക്കാരൻ നിർബന്ധിക്കപ്പെടുന്നത്. പുറമേയ്ക്കുള്ള ലാളിത്യം കവിതയുടെ കയങ്ങളെ ഒളിപ്പിക്കാൻ സമർത്ഥമായി ഉപയോഗിക്കപ്പെടുകയാണെന്ന് വായന തിരിച്ചറിയുന്നു. അമ്മേ, ചിത, അനിയത്തിക്ക്, സഹനയാത്രയിൽ, സസ്നേഹം, ജനനം, താരാട്ട്, കൃഷ്ണതുളസി, വിദ്യാരംഭം, കുരുവിക്കുഞ്ഞിന്, ഹരിഃശ്രീ... സുകുമാറിന്റെ കവിതകളുടെ ശീർഷകം ശ്രദ്ധിക്കുക. ഒറ്റനോട്ടത്തിൽ ലളിതങ്ങളാണ് അവയിൽ മിക്ക ശീർഷകങ്ങളും. അമ്പതുകൊല്ലക്കാലത്തെ രചനകളുടെ 'ആകാരഗാംഭീര്യമോ' 'വലുപ്പ'മോ പുറമേയ്ക്ക് പ്രകടിപ്പിക്കുന്നവയല്ല അവയൊന്നും. സുകുമാറിന്റെ കവിതകളുൾക്കൊള്ളുന്ന ദാർശനികമായ ആഴങ്ങളുടേയും കൽപ്പനകളുടെ ഔന്നത്യങ്ങളുടേയും സൂചനകൾ ശീർഷകങ്ങൾ നൽകുന്നില്ല. ബോധപൂർവ്വമായ ലളിതവൽക്കരണത്താൽ വായനയുടെ വഴിതെറ്റാതിരിക്കാനുള്ള മുൻകരുതൽ കവിതയുടെ ശീർഷകം മുതൽ തന്നെ ആർജ്ജിക്കേണ്ടതുണ്ട്. വലുതാകുമ്പോഴും അമ്മയുടെ മുന്നിൽ കുട്ടിത്തം വിടാത്ത മകന്റെ ഒളിച്ചുകളിയായി

സുകുമാറിന്റെ കവിതകളെക്കാണാം. 'അമ്മ അറിയാനുള്ള' കവിത എഴുത്ത്, ഇങ്ങനെ തന്നെയാകുന്നതിൽ സ്വാഭാവികതയുണ്ട്.

മൂന്ന്

മുമ്പ് സൂചിപ്പിച്ചതുപോലെ സുകുമാറിന്റെ കവിതയുടെ ആരംഭം അമ്മയിൽ നിന്നാണ്. അഞ്ച് പതിറ്റാണ്ട് ദൈർഘ്യമുള്ള കവിതാജീവിതത്തിന്റെ ആദ്യപാഠം അമ്മയിൽ നിന്ന് തുടങ്ങുന്നു. അഭയസ്ഥാനമായ അമ്മ ഒരു ഭാവബദ്ധതയായി സുകുമാറിന്റെ സർഗ്ഗാത്മകതയെ പിന്തുടരുന്നതിന്റെ തെളിവുകൾ, ഈ സമാഹാരത്തിലെ പല രചനകളും നൽകുന്നുണ്ട്. അമ്മയിലേക്കുള്ള പിന്മടക്കങ്ങൾ, അമ്മയെത്തേടിയുള്ള പ്രയാണം, ഇവയെല്ലാം ഭാവനാത്മകരൂപങ്ങളിൽ ആവർത്തിച്ച് പ്രത്യക്ഷപ്പെടുന്നു. അമ്മ- മകൻ ബന്ധത്തിന്റെ സ്വാഭാവികലാളിത്യമാകാം, സുകുമാറിന്റെ കവിതകളുടെ ലളിതവൽക്കരണത്തിന് പ്രേരണയായിത്തീർന്നത്. ലാളിത്യത്തിന് പകരം സങ്കീർണ്ണതയെന്നത്, സുകുമാറിന്റെ കവിതകളുടെ ഗുണപരമായ പരിവർത്തനത്തെക്കുറിക്കുന്നു. അമ്മയുടെ 'ഇല്ലായ്മ' തന്റെ കവിതയുടേയും 'ഇല്ലായ്മ' യാവാൻ കൂട്ടാക്കാതിരിക്കുമ്പോഴാണ്, ഗുണപരമായ ഒരു പരിവർത്തനത്തിന് കവിത തയ്യാറായിത്തീരുന്നത്. 'ആദ്യക്ഷര' മായ അമ്മ 'അന്ത്യാക്ഷര'വുമല്ലെന്ന തിരിച്ചറിവിൽ നിന്നാണ്, കവിതയിൽ പുനർജന്മങ്ങൾ സാധ്യമാകുന്നത്. സങ്കീർണ്ണമായ തുടർച്ചകൾ, സാദ്ധ്യമായിത്തീരുന്നത്. സന്ദിഗ്ധതകളെ അതിജീവിക്കാൻ കവിതയ്ക്ക് അതോടെ ശേഷിയുണ്ടാകുന്നു - സുകുമാറിന്റെ കവിതയിൽ ആഴങ്ങൾ രൂപപ്പെടുന്നു. ഭൂമിയുടേയും ആകാശത്തിന്റേയും നിറക്കൂട്ടുകൾക്കൊപ്പം, നരകത്തിന്റെ ഇരുണ്ട കാഴ്ചകളെയും അഭിമുഖീകരിക്കാൻ കവിത പ്രാപ്തമാവുന്നു. ഭൂമിയുടെ അധോതലങ്ങളിൽ നിന്ന്, ഉയരങ്ങളിലേക്ക് പോകാനുഴറുന്ന ഒരു ചിതയുടെ പ്രതിരൂപം, സുകുമാറിന്റെ കവിതയിൽ ആവർത്തിച്ച് പ്രത്യക്ഷപ്പെടുന്നുണ്ട്. മരിച്ചവരുടേത് മാത്രമല്ല, ജീവിച്ചിരിക്കുന്നവരുടേത് കൂടിയായ ഈ ചിതയെക്കുറിച്ചുള്ള ഉൾക്കാഴ്ചകൾ, മരണത്തേക്കാൾ ഭയാനകമായ നരകദർശനത്തിന് നിദർശനങ്ങളായി കവിതയിൽ വായിക്കാം.

നാല്

അമ്മ - മകൻ ദ്വന്ദ്വം സുകുമാറിന്റെ കവിതകളിൽ പുതുകൽപ്പനകളായി രൂപം മാറിവരുന്നത് നാം കാണാതിരുന്നുകൂടാ. 'ജനനം' എന്ന ചെറുകവിതയിൽ കവി - കവിത ബന്ധമായാണ് അത്

പരിണമിക്കുന്നത്. കവിതയുടെ 'പഞ്ചവർണ്ണപ്പൈങ്കിളി'യെത്തേടി അലയുന്ന കവിയുടെ കാറ്റിനോടുള്ള അന്വേഷണത്തിൽ, മക്കളെത്തിരയുന്ന പെറ്റമ്മയുടെ ഉൽക്കണ്ഠ പതിയിരിക്കുന്നു (കണ്ടുവോ നീ). അമ്മയായി അന്ത്യവിശ്രമം കൊള്ളുന്ന ഭൂമീപുത്രിയായ ജാനകി (അമ്മേ, ചിത) 'വല്ലഭ' യായി 'സഹധർമ്മിണി' യായി രൂപാന്തരപ്പെടുന്നു, 'സഹനയാത്ര' യിൽ 'ദണ്ഡകാരണ്യം' എന്നീ കവിതകളിൽ. വിദ്യാലയത്തിൽ നിന്ന് വിരമിക്കുന്ന ഗുരുവിന്റെ വിടപറയലിന്, മക്കളോട് യാത്ര പറയുന്ന അമ്മയുടെ ആർദ്രസ്വരവുമായി ഏറെ സാമ്യമുണ്ട് (സസ്നേഹം). പ്രകൃതിയുടേയും മനുഷ്യന്റേയും രക്ഷക്ക് അമ്മ ഭഗവതിയെ വരവേൽക്കുന്ന തോറ്റം പാട്ടിന്റെ ഈണമാണ് 'ചാമുണ്ഡി' എന്ന കവിതയിൽ നിന്നുയർന്ന് കേൾക്കുന്നത്. അമ്മയ്ക്ക് ചിതയൊരുക്കുന്നതിനുപകരം, തനിക്കു തന്നെ ചിതയൊരുക്കുന്ന ഒരു മകനെ 'ശരറാന്തലി'ൽ അവതരിപ്പിക്കുന്നുണ്ട്. മുഴുവൻ കത്തിത്തീരും മുമ്പ്, ബാക്കിയായ തന്റെ ശരീരഭാഗങ്ങളുമായി ഭൂമിയിലും ആകാശത്തുമായി ഇഴഞ്ഞെത്തുന്ന മകനെ കാത്തിരിക്കുന്നത് അമ്മയുടെ ചിരന്തന സാന്നിദ്ധ്യമാണ്. ആദ്യം അച്ഛന്റെയും പിന്നീട് അമ്മയുടേയും വേർപാടിന്റെ ശൂന്യതയെ മറ്റൊരു കവിത (അനിയത്തിക്ക്) അതിജീവിക്കുന്നത്. സ്വന്തം അനിയത്തിക്ക് പുതുജീവിതം നൽകുന്നതിലൂടെയാണ്. നഷ്ടപ്പെട്ട അമ്മയുടെ ജന്മത്തെ, അനിയത്തിയുടെ ജന്മം വീണ്ടെടുക്കുകയാണെന്ന് പറയാം. 'പൊന്മുടി' യിലും 'ഹരിഃശ്രീ' യിലും, ഗുരുസാന്നിധ്യത്തിൽ വീണ്ടെടുക്കപ്പെടുന്നത്, സ്വന്തം കുട്ടിത്തത്തെ മാത്രമല്ല ഓർമ്മയിലെ മാതൃരൂപത്തിന്റെ പുനരവതാരങ്ങളെക്കൂടിയാണ്.

അഞ്ച്

ഭൂമിയുമായും ആകാശവുമായുള്ള നിലയ്ക്കാത്ത സംവാദങ്ങളിലാണ് സുകുമാറിന്റെ കവിത ഏർപ്പെടുന്നത്. ഭൂമിയിലെ ഉഴവു ചാലിൽ നിന്ന് ജന്മം കൊണ്ടവളാണ് കവിതയിലെ അമ്മ. മക്കളുടെ 'അശാന്തമനസ്സിന് ചിറകടിക്കാനുള്ള വാനം' അമ്മയുടെ സ്വന്തം. 'ആകാശപഥങ്ങളിൽ വെള്ളിച്ചിറകുമായമ്മ പറന്നു നീങ്ങുന്നു'. 'അസ്വസ്ഥതയ്ക്ക് തലതല്ലുവാനുള്ള പൂമടിത്തടം' അമ്മയുടേത് മാത്രം. ഭൂമിയുമായും ആകാശവുമായുമുള്ള ആത്മബന്ധത്തിൽ നിന്ന് സുകുമാറിന്റെ കവിതയ്ക്ക് ഹരിതശോഭയും മഴവില്ലിൽ സ്വപ്നവർണ്ണങ്ങളും പകർന്ന് കിട്ടുന്നു. ഒരേയൊരു കാൽപ്പാദം കൊണ്ട് ഭൂമിയിലും ഒറ്റച്ചിറകുകൊണ്ട് ആകാശത്തിലും തുഴയാൻ പ്രാപ്തമായ കവിതയാണിത്. വെറും മണ്ണിലൂടെയും ആകാശലോകത്തിലൂടെയും മാറിമാറിയുള്ള പ്രയാണങ്ങൾ അർദ്ധഗന്ധർവ്വത്വത്തിന്റെ

അനുഗ്രഹവും ശാപവും, ഒരേസമയം പേറുന്ന ഒന്നാക്കി കവിതയെ മാറ്റിത്തീർക്കുന്നുണ്ട്.

'കുഴയും കാലുകൾ മടക്കിവായുവി-
ലുയർന്ന് ചാടിയും
തുഴഞ്ഞും നീന്തിയു-
മൊരുവിധമെന്റെ
പുരയിലെത്തുമ്പോൾ-
ഇരുളറയുന്നൊരിറയത്തുണ്ടമ്മ'

(ശരറാന്തൽ)

'..... ഇതെന്തൊരു
കൗതുകം: നിലംതീരേ
തൊടുന്നീലെന്റെ പാദങ്ങൾ
കയ്യുകൾ പതുക്കനെ
വായുവിൽ തുഴയുമ്പോ-
ളുയരുന്നു ഞാൻ
ഉയർന്നുയർന്നാകാശ വിതാനത്തി-
ലൊഴുകുന്നു ഞാൻ

(ചിറകുകളെന്നുമിങ്ങനെയെനി-
ക്കുള്ളതാണല്ലോ...)'
(ഹരിതം)

സംവാദങ്ങൾ കൊണ്ടു മാത്രം പൂർണ്ണമാകുന്നതല്ല സുകുമാറിന്റെ കവിതാദർശനം ഭൂമിയുമായും ആകാശവുമായുമുള്ള നിലയ്ക്കാത്ത സംഘർഷങ്ങളാണ് സുകുമാറിന്റെ കവിതാജീവിതത്തിന്റെ ചാലക ശക്തിയായിത്തീരുന്നത്. അഭയസങ്കൽപങ്ങളും ആകാശചാരിത്വവും എല്ലാ കാലത്തും കവിതയുടെ രക്ഷക്കെത്തില്ലെന്ന് തിരിച്ചറിയപ്പെട്ടു ന്നുണ്ട്. 'കറുത്ത വിണ്ടല'ത്തെയും, 'വിഷപ്പുകയേറ്റ് കരിഞ്ഞ കുരുന്നു മക്കളേയും', 'കൊട്ടംവറുതിക'ളെയും 'തീരാദുരന്തദുഃഖങ്ങളെ'യും 'ഭ്രാന്തി ന്റെ തിരിയാത്ത തീരാപ്പലമ്പലുകളെ'യും 'ഗർഭിണി തുപ്പുന്ന പൂരത്തെ റിക'ളെയും 'സുരലോകസർപ്പിള ഗാലക്സികളെ'യും 'തമോഗർത്ത ങ്ങളെ'യും നേരിടാനുള്ള കരുത്ത് സുകുമാറിന്റെ കവിത നേടുന്നുണ്ട്. ഭൂമിയുടെയും സ്വർഗ്ഗത്തിന്റേയും ദർശനങ്ങൾക്ക് തുല്യം നരകത്തിന്റെ ഇരുണ്ടദർശനത്തെക്കൂടി സ്വായത്തമാക്കുമ്പോഴാണ് സുകുമാർ അണ്ട ലൂരിന്റെ കവിതയ്ക്ക് സമഗ്രരൂപം കൈവരിക്കാൻ കഴിയുന്നത്:

'താരക-
ളനന്തകോടികളെരിഞ്ഞുതീരുന്ന
വെളിച്ചത്തിൻ നിറം
കറുത്തുപോകുന്ന
പരമാർത്ഥമിരുട്ടതന്നെ-
യെന്നൊരുണർവ്വിന്നാഘാത-
മുനയിലെന്നുടെ
തല പിളരുമ്പോൾ
പ്രപഞ്ച കോടികൾ
വിറങ്ങലിച്ചതാ-
മിരുണ്ട ഗഹ്വരം കടന്നെത്തി
മഹാ പ്രളയകൽപ്പങ്ങൾ
അപാരമൗനത്തിൻ
ഗംഭീരത
താളലയത്തിന്നഗാധത!'

(ബ്ലാക്ക് ഹോൾ)

ആറ്

തഥാഗതന്റേയും ഒടുവിലത്തെ പെരുമാളിന്റേയും എഡ്വേർഡ് ബ്ര ണ്ണന്റേയും എം.എൻ വിജയൻ മാഷുടേയും ഓർമ്മകളുറങ്ങുന്ന മണ്ണാണ് 'ധർമ്മപട്ടണ'ത്തിലേത്. ഈ പൂഴിമണ്ണിൽ എവിടെ കുഴിയെടുത്താലും അധികം ആഴത്തിൽ പോകാതെ, ഓർമ്മകളുടെ ഉറവ കണ്ടെത്താം. മൂന്ന് ഭാഗവും പുഴകൾ, പടിഞ്ഞാറ് കടൽ. സുകുമാറിന്റെ കവിതകളി ലും എവിടേയും ഉറവകളുണ്ട്. വരികളിലും, വരികൾക്കിടയിലും. ഓരോ വാക്കിലും. ലാളിത്യത്തിന്റെ, കാരുണ്യത്തിന്റെ, പ്രണയത്തിന്റെ, നിഷ്ക്കളങ്കതയുടെ ഉറവകൾ. ഉറവകളെല്ലാം വറ്റിവരണ്ട നമ്മുടെ കാലത്ത്, സുകുമാർ അണ്ടലൂരിന്റെ കവിതകളുടെ മൂല്യം നിർണ്ണയിക്ക പ്പെടുന്നത് അതുൾക്കൊള്ളുന്ന വറ്റാത്ത ഉറവകളുടെ പേരിലായിരിക്കും. തീർച്ച.

(2019 ജൂലൈ 1)

അനുബന്ധം

അനുബന്ധം 1

അടിമമനസ്സുകൾക്കിടം ആത്മനാശം!

എം.പി. ബാലറാം

കേരളത്തിലെ 'ഔദ്യോഗിക' ഇടതുപക്ഷവും അതിന്റെ ഭാഗമായ കമ്മ്യൂണിസ്റ്റ് പാർട്ടികളും നിലനിൽപ്പ് ഭീഷണിയെ നേരിടുകയാണിന്ന്. താൽക്കാലിക പരിഹാരങ്ങൾ അസാധ്യമായ അവസ്ഥയിലാണ്. ആത്മനാശത്തിന്റെ വക്കിൽ അന്ത്യം ആസന്ന മായ മുഹൂർത്തത്തിൽ എത്തിപ്പെട്ട ഏതൊരാളെയും പോലെ അതിന് തിരിച്ചറിയാൻ കഴിയണമെന്നില്ല, അവസാനത്തിന്റെ ആരംഭമായെ ന്ന്. നിലനിൽപ്പിനാവശ്യമായ ജീവചോദനകൾ, അതിന്റെ തന്നെ ഭാഗമായ സ്വയംഹത്യക്കുള്ള ശക്തമായ പ്രേരണകൾ-ഇവ രണ്ടും ചേർന്ന് പ്രസ്ഥാനത്തെയും പാർട്ടിയേയും കേരളത്തിൽ ആഴമേറിയ പ്രതിസന്ധിയിലാക്കിയിരിക്കുന്നു. രക്ഷാമാർഗ്ഗം നിർദ്ദേശിക്കുക എളു പ്പമല്ല. വീണ്ടുവിചാരങ്ങളിൽ ആർക്കും താൽപ്പര്യവുമില്ല. ലളിതമായി ഒരു തിരഞ്ഞെടുപ്പ് വിജയത്തോടെ പരിഹരിക്കപ്പെടാവുന്ന പ്രശ്നമല്ല ഇത്. അതിനാൽ ഒരു ഭൂരിപക്ഷ വിജയം കൊണ്ട് മാത്രം കേരളത്തിലെ 'ഔദ്യോഗിക' ഇടതുപക്ഷത്തിന്റെ വിധി നിർണ്ണയിക്കപ്പെടുകയില്ല. അകത്തും പുറത്തും പാർട്ടി പങ്ക് പറ്റുന്ന അങ്ങേയറ്റം പ്രതിലോമകര മായ ഏകാധിപത്യ പ്രവണതകൾ, ഒരു കാര്യം മുൻകൂട്ടി ഉറപ്പിക്കുന്നു ണ്ട്-അത്യന്തം ആപൽക്കരമായ ആത്മനാശത്തിലാണ് ഇതു ചെന്ന്

പതിക്കുകയെന്ന്. ചൈനീസ്-വടക്കൻ കൊറിയൻ പാർട്ടികളുടെ പിരമിഡ് മാതൃകകളുടെ ഹാസ്യാനുകരണങ്ങളായി തികച്ചും ഏകാധിപത്യപരമായി നിലനിൽക്കുന്ന കേരളത്തിലെ പാർട്ടിക്ക് ജനാധിപത്യം അകത്തുംപുറത്തും അഹിതകരമാകുന്നതിൽ അത്ഭുതമില്ല. ഏകാധിപത്യപരമായി അടിച്ചേൽപ്പിക്കപ്പെടുന്ന പാർട്ടി സംഘടനകൾ, ലോകത്ത് മിക്കയിടങ്ങളിലും ഇന്ന് ഉപയോഗിക്കപ്പെടുന്നത്, കമ്യൂണിസ്റ്റ് സങ്കൽപ്പനങ്ങളുടേയും അതിന്റെ ചരിത്രപരമായ പൈതൃകങ്ങളുടെയും ചെലവിൽ കോർപ്പറേറ്റ് മൂലധന താൽപ്പര്യങ്ങളെ സംരക്ഷിക്കാനാണ്. കേരളത്തിലെ അനുഭവവും ഈ വഴിക്കാകുന്നതിൽ ഒട്ടും അതിശയിക്കാനില്ല. കേന്ദ്ര ഭരണകൂടം അടിച്ചേൽപ്പിക്കുന്ന അമിതാധികാര നയങ്ങളുടേയും, ശാസനകളുടേയും യഥാർത്ഥ താൽപ്പര്യം, ഇതേ ആഗോള കോർപ്പറേറ്റ് മൂലധന സംരക്ഷണം തന്നെയാകുന്നത് യാദൃച്ഛികവുമല്ല.

ആഗോളീകരണത്തിന്റെയും നവലിബറൽ മൂല്യവസ്ഥയുടെയും കടന്നു കയറ്റം, ഇന്ത്യയിലെ ബഹുജന സംഘടനകളുടെ സ്വാധീനശക്തിയെ ഗണ്യമായ രീതിയിൽ ദുർബ്ബലപ്പെടുത്തി. ജാതി-മത സംഘടനകളും മറ്റു സ്വത്വപ്രസ്ഥാനങ്ങളും ഇടതുപക്ഷത്തിന്റെ സ്വാധീനമേഖലകളിൽ വേരുറപ്പിക്കുന്നത് തടയാൻ മാർക്സിസ്റ്റ് പാഠപുസ്തക വിജ്ഞാനം മാത്രം മതിയാകില്ലെന്നത് പുതിയ ലോകാനുഭവമാണ്. ഫ്രാൻസിസ് ഫുക്യാമയെപ്പോലുള്ള ചരിത്രകാരന്മാർ കൃത്യമായ അവബോധത്തോടെ സാമ്രാജ്യത്വ മൂലധന പക്ഷത്ത് നിന്ന്, ഈ ആഗോള പ്രതിഭാസത്തെ, വിശകലനം ചെയ്തിട്ടുമുണ്ട്. ഇത് മനസ്സിലാക്കുന്നതിൽ പാർട്ടി സംഘടനകൾ പരാജയപ്പെട്ടു. പ്രതിരോധവും പോരാട്ടവും ശക്തമാക്കാൻ അനിവാര്യമായ മുന്നുപാധികളാകേണ്ടിയിരുന്നത് അംഗബലത്തിലെ വർദ്ധന മാത്രമായിരുന്നില്ല. ജനകീയ പ്രശ്നങ്ങളെ ആധാരമാക്കിയുള്ള വമ്പിച്ച ജനപങ്കാളിത്തത്തോടെയുള്ള പ്രക്ഷോഭങ്ങൾ കെട്ടഴിച്ചുവിട്ട രാജ്യങ്ങളിലെല്ലാം ഫാസിസ്റ്റ് സ്വഭാവം പ്രകടിപ്പിച്ചു തുടങ്ങിയ പാർട്ടികളെയും ഭരണകൂടങ്ങളേയും ഒരു പരിധിവരെയെങ്കിലും അതിൽ നിന്ന് പിന്തിരിപ്പിക്കാൻ സാധിച്ചത്, ഇടതുപക്ഷപാർട്ടികൾക്ക് പാഠമാകേണ്ടതായിരുന്നു. അതിനു പകരം തിരഞ്ഞെടുപ്പ് രാഷ്ട്രീയത്തിൽ മാത്രം പരിമിതപ്പെടുത്തിയ ഒരു 'മാർക്സിസ്റ്റ് ചിന്തയും' അതിന്റെ ആവശ്യങ്ങൾക്കായി അതാത് സന്ദർഭങ്ങളിൽ രൂപപ്പെടുത്തുന്ന പ്രായോഗിക പ്രവർത്തനശൈലിയും കൊണ്ട് ലോകത്തിലെവിടെയെങ്കിലും ഏതെങ്കിലും ഒരു കമ്യൂണിസ്റ്റ് പാർട്ടി, കമ്യൂണിസ്റ്റ് പാർട്ടിയായി നിലനിന്നു പോന്ന ചരിത്രമില്ല. ലാറ്റിനമേരിക്കൻ രാജ്യങ്ങളിലും, യൂറോ കമ്യൂണിസത്തിന്റെ സ്വാധീനമേഖലകളിലുമെല്ലാം, തിരഞ്ഞെടുപ്പ് രാഷ്ട്രീയത്തിന്റെ കളിക്കളങ്ങളെ മാത്രം കണ്ടുകൊണ്ടുള്ള രാഷ്ട്രീയ പ്രവർത്തന്

പകരം ബഹുജന പ്രക്ഷോഭങ്ങളേയും ജനകീയ സംഘടനകളേയും മുൻനിർത്തിയുള്ള ജനാധിപത്യ പ്രവർത്തന ശൈലി സ്വീകരിക്കാൻ കമ്യൂണിസ്റ്റ് പാർട്ടികൾ നിർബന്ധിക്കപ്പെടുകയാണ് ഇന്ന്. വോട്ടു ബാങ്ക് രാഷ്ട്രീയം വലതുപക്ഷത്തെപ്പോലും തുണയ്ക്കുകയില്ലെന്ന് തിരിച്ചറിയപ്പെട്ടുന്ന ഒരു കാലത്താണ് ഇന്ത്യയിലെ (കേരളത്തിലെയും) ഇടതുപക്ഷവും കമ്യൂണിസ്റ്റ് പാർട്ടികളും ജനങ്ങളെ വോട്ടു ബാങ്ക് അക്കൗണ്ടിലെ ജീവനില്ലാത്ത അക്കങ്ങൾ മാത്രമായി കണക്കാക്കി. കവടി നിരത്തി നാടിന്റെ ഭാവി പ്രവചിക്കനൊരുങ്ങുന്നത്. ദയനീയമായ പതനമാണിത്!

ബൂർഷ്വാ ജനാധിപത്യത്തിന്റെ എല്ലാ നേട്ടങ്ങളേയും മേന്മകളേയും മാർക്സും മാർകിസിസവും, ആരംഭകാലം മുതൽക്കേ, സ്വന്തം വളർച്ചക്ക് പ്രാണവായുവായി ഉപയോഗിച്ച് പോന്നിട്ടുണ്ട്. ഇന്ത്യയിലും ഏതാണ്ട് ഒരു നൂറ്റാണ്ട് മുമ്പ് മുള പൊട്ടിയ മാർകിസിസ്റ്റ് ആശയവും പ്രസ്ഥാനവും ബ്രിട്ടീഷ് ഭരണത്തിൻ കീഴിലും അതിനു ശേഷവും നിലനിന്ന ജനാധിപത്യാനുകൂല്യങ്ങളെ അതാത് കാലം ഉപയോഗിച്ചാണ് ശക്തിപ്പെട്ടുപോന്നത്. ആരുടേയും സൗജന്യങ്ങളായി ജനങ്ങൾക്ക് ജീവിതവഴികളിൽ നിന്ന് വീണു കിട്ടുന്നവയല്ല ജനാധിപത്യാവകാശങ്ങളൊന്നും തന്നെ. ജനതയുടെ നെടുനാളത്തെ പോരാട്ടങ്ങളുടെ സമ്പാദ്യങ്ങളാണവയെല്ലാം. തങ്ങൾ കനിഞ്ഞു നൽകുന്ന സൗഭാഗ്യങ്ങളും സൗജന്യങ്ങളുമാണ് ഇന്ന് നിങ്ങൾ അനുഭവിക്കുന്നത് എന്ന് പറയുന്ന ബൂർഷ്വാ ഭരണാധികാരികളെ സ്വാതന്ത്ര്യ പ്രാപ്തിക്ക് മുമ്പും അതിനുശേഷവും കാലാകാലങ്ങളായി ജനങ്ങൾ അഭിമുഖീകരിച്ചു പോന്നിട്ടുണ്ട്. ഇടതുപക്ഷത്തിന്റെയും കമ്യൂണിസ്റ്റ് പാർട്ടികളുടേയും പേരിൽ ഭരണാധികാരം കൈയാളുന്നവർ ജനങ്ങളുടെ ജനാധിപത്യാവകാശങ്ങൾക്ക് യാതൊരു വിലയും കൽപ്പിക്കാതിരിക്കുന്നത്, അതിനാൽ ജനാധിപത്യ വിരുദ്ധം മാത്രമായല്ല തിരിച്ചറിയപ്പെടേണ്ടത്. ബൂർഷ്വാ ഭരണവ്യവസ്ഥക്കകത്ത് അതിന്റെ വൈകൃതമായി വളരാൻ തുടങ്ങുന്ന ഏകാധിപത്യപ്രയോഗത്തിന്റെ ബീജരൂപമായാണ് അതിനെ കണക്കാക്കേണ്ടത്. ഇടതുപക്ഷ ഭരണത്തെ മാത്രമല്ല അതിൽ പ്രധാന പങ്ക് വഹിക്കുന്ന കമ്മ്യൂണിസ്റ്റ് പാർട്ടിയേയും നയിക്കുന്ന പ്രത്യയസംഹിതയായി ഏകാധിപത്യബാധ മൂർച്ഛിച്ചത് കോവിഡ്-19 മഹാവ്യാധിയുടെ കാലത്താണ് എന്നത് ഒട്ടും യാദൃച്ഛികമല്ല. ഇടതുപക്ഷ-വലതുപക്ഷ ഭേദമില്ലാതെയാണ് അമിതാധികാര പ്രയോഗത്തിന്റെ ക്ഷുദ്ര വൈറസ്സുകൾ ജനജീവിതങ്ങൾക്കു മേൽ അധിനിവേശത്തിനുള്ള സുവർണ്ണാവസരമാക്കി കോവിഡ് കാലത്തെ ഉപയോഗപ്പെടുത്തുന്നത്.

കേരളത്തിന്റെ ചരിത്രം, രാഷ്ട്രീയവും സാമൂഹികവും സാംസ്കാരികവുമായ അടിസ്ഥാന പ്രശ്നങ്ങളെ നേർക്കുനേർ എതിരിട്ടതിന്റെയും അതിജീവനമാർഗ്ഗങ്ങൾ അതാത് സന്ദർഭങ്ങളിൽ സ്വയം കണ്ടെത്തിയതിന്റെയും സാഹസിക ചരിത്രമാണ്. ഇതറിയുന്നവരാരും സമകാലികമായി നേരിടുന്ന ചോദ്യങ്ങളുടേയും പ്രശ്നങ്ങളുടേയും മുമ്പിൽ പതറില്ല. കഴിഞ്ഞ അഞ്ചു നൂറ്റാണ്ടുകൾക്കിടയിൽ, കേരളമെന്ന് ഇന്ന് നാം അടയാളപ്പെടുത്തി വിളിക്കുന്ന ഭൂപ്രദേശം, അതിന്റെ ഭൂസ്ഥിതി, ജനതയുടെ ഭാഷ, ജീവിത സമ്പ്രദായം, സാമ്പത്തികവും രാഷ്ട്രീയവും മതപരവും ജാതീയവുമായ പ്രാമാണ്യത്തിനു വേണ്ടി വ്യത്യസ്ത വിഭാഗങ്ങളും വർഗ്ഗങ്ങളും തമ്മിൽ ഏർപ്പെട്ടിരിക്കുന്ന അവസാനം കാണാത്ത കലഹങ്ങൾ, കലാപങ്ങൾ- ഇതേക്കുറിച്ചുള്ള അവബോധം ഇരുപത്തൊന്നാം നൂറ്റാണ്ടിൽ കേരളത്തിൽ ജീവിക്കുന്ന ആർക്കും അത്യന്തം ഉദാരമായ സ്വതന്ത്ര ചിന്താഗതിയും ജനാധിപത്യ ബോധവും പകർന്നു കൊടുക്കുമെന്നാണ് നമ്മളെല്ലാം പ്രതീക്ഷിക്കുന്നത്. എന്നാൽ സത്യത്തിൽ സംഭവിക്കുന്നത് നേർവിപരീതമായ കാര്യങ്ങളാണ് : ഒരു ദേശത്തിന്റെ രാഷ്ട്രീയ-സാമൂഹ്യ-സാംസ്കാരികാപചയങ്ങളുടെ പേരിൽ പരിഹാസ്യമായ ('അന്യൂനവും ഉദാത്തവും'!) ഒരു 'കേരളമാതൃക' സൃഷ്ടിക്കപ്പെട്ടിരിക്കുന്നു. അതിനാൽ നാം ഇന്നുയർത്തുന്ന ചോദ്യം, സ്വത്വപ്രതിസന്ധിയേയും ജീർണ്ണതയേയും അഭിമുഖീകരിക്കുന്ന ഏതൊരു ജനതയും സ്വയം ചോദിക്കാൻ നിർബന്ധിതരാവുന്ന ആ പഴയ (പുതിയ) ചോദ്യം തന്നെയാണ്: 'അടിമബോധമോ ആത്മനാശമോ?'

അർത്ഥശങ്കക്കിടയില്ലാത്ത വിധം നമുക്ക് ജനങ്ങളോട് പറയാനുള്ളത് ഇതാണ് : വലതു പക്ഷത്തിൽ നിന്നു വ്യത്യസ്തമായി ഇടതുപക്ഷത്തിന്റെ ദൗത്യം അധികാര ദല്ലാളുകളും, അവസരവാദ രാഷ്ട്രീയക്കോമാളികളും അഴിമതിയുടെ ആൾരൂപങ്ങളുമാവുകയല്ല; ഹിംസാത്മക രാഷ്ട്രീയത്തെ പിൻപറ്റുകയുമല്ല. കേന്ദ്ര-സംസ്ഥാന സർക്കാറുകൾ വെച്ചു നീട്ടുന്ന സൗജന്യ പദ്ധതികളും പാരിതോഷിക വാഗ്ദാനങ്ങളും കൊണ്ട് പെരുമഴ പെയ്യിച്ച്, പാർട്ടി സംഘടനകളേയും, സമൂഹമനസ്സിനേയും, മാധ്യമങ്ങളേയും നിശ്ശബ്ദമാക്കാനുള്ള കാപട്യം ഏകാധിപത്യ വ്യവസ്ഥക്ക് മാത്രം ചേർന്നതാണെന്ന് ഉറക്കെ വിളിച്ചു പറയാനെങ്കിലും ജനസാമാന്യത്തിന് കഴിയേണ്ടതുണ്ട്. അതിനവരെ പ്രാപ്തരാക്കേണ്ട 'ഇടതുപക്ഷത്തെ പ്രാമാണിക ബുദ്ധിജീവി'കളൊക്കയും അടിമബോധമെന്ന മാരക 'ക്ഷുദ്ര വൈറസ്' ബാധയാൽ ആത്മനാശത്തിന്റെ അവസ്ഥയിൽ എത്തിപ്പെട്ടിരിക്കുന്നു!

(2021 ആഗസ്ത് 16)

അനുബന്ധം 2

പി. ഹരികുമാറിന്റെ കവിതകൾ

ഏൻ എൻകൗണ്ടർ വിത്ത് സക്കുബായ്

സോഫ്റ്റ്‌വെയർ
എൻജിനീയർക്ക് സഹിക്കാനായില്ല;
എല്ലാരും കാൺകെ നടുറോട്ടിൽവെച്ച്
ഒരു പെണ്ണുംപിള്ളേടെ
തല്ലു കൊള്ളുക.

സിഗ്നലിൽ നിർത്തിയ ബസ്സിലേക്ക്
(ഒഴിഞ്ഞ മീൻകൊട്ടയുമായി)
കണ്ണും മൂക്കുമില്ലാതെ
ഓടിക്കേറാൻ ശ്രമിച്ച്
ബൈക്കിന്റെ മുന്നിൽ
ചാടിവീണതാണ്,സക്കുബായ്.
വെറുമൊരു പോറലിൽ
ബ്രേക്കിട്ട് നിർത്തിയതിന്
നന്ദിക്കു പകരം,
ടയ്യിൽ പിടിച്ചുവലിച്ച് പുറത്തും,ഹെൽമെറ്റിലും പൊതിരെ
കേലാവാലയും,

ഭേൽപ്പൂരിവാലയും, നാരിയൽവാലയും,
പൂക്കാരിത്തമിഴത്തിയും
ഒക്കെ പറഞ്ഞു
'കുറ്റം അവളുടെയാ'.
'പിന്നെന്താ നിങ്ങളാരും?'
'അയ്യോ, ഈ മീൻകാരികളെന്റെ സാറേ.'

കോളികൾക്ക്[1]
മുംബാദേവി കനിഞ്ഞതാണ് മുംബൈ.
അവർ കടലിൽ പോയ തക്കത്തിന്
വിരുന്നുകാർ[2]
തട്ടിയെടുത്തു പട്ടടിച്ചതാണ്.
പിന്നെയാണ് സിഗ്നലുകളും, സിഗ്നലുകളൊഴിഞ്ഞ്
കോളിവാഡകളും ഉണ്ടായത്.
അന്നീ സക്കുബായ് ജനിച്ചിട്ടില്ല.
കേലാവാലയും, ഭേൽപ്പൂരിവാലയും,
നാരിയൽവാലയും, പൂക്കാരിത്തമിഴത്തിയും, നമ്മളാരും ചേക്കേറി
യിട്ടില്ല.
'എന്നാലും നമ്മളൊരു
തെറ്റും ചെയ്യാതെ.'
'എന്താ, മുംബൈ മതിയായെന്നുണ്ടോ?'
'ഹേയ് എനിക്കത്രയ്ക്കങ്ങട്ട്
നൊന്തും മറ്റമില്ല.'

---

1 കോളികൾ മുക്കുവരാണ്, അവരുടെ കോളനിയാണ് കോളിവാഡകൾ.

2 അന്നത്തെ ബോംബെയെ, 1661ൽ കാതറൈൻ രാജകുമാരിയെ വിവാഹം കഴിച്ച ചാൾസ് രാജകുമാരന്, സ്ത്രീധനമായി നൽകിയിരുന്നു.

ധരംപൂർവാർഷികം

ജന്മവാർഷികം ആഘോഷിക്കാനാണ്
ഓടിയെത്തിയത്.
ബസില്ല,കറണ്ടില്ല.
ചൂട്ട കത്തിച്ച്
റാം റാം ചൊല്ലി നടന്നു.
കുടിവെള്ളമില്ല.
ദൂരക്കിണറിലേക്ക്
പെണ്ണുങ്ങൾ നടന്നു വീണ വഴിത്താരകൾ,
പഴുതാരകൾ.
കൊട്ടംമഞ്ഞിന് സൂര്യനും,ചാണകവരളിയും.
കൊട്ടംസൂര്യന് കാറ്റും
മഞ്ഞും.

ചിരട്ടക്കുടിലുകളെ കവച്ച് നെഞ്ചുവിരിച്ച്
കൈപ്പത്തി പരത്തി നിൽക്കുന്നു;
നഗരപ്പുരങ്ങൾക്ക്
പൂത്തിരി വീശുന്ന
ഹൈടെൻഷൻ ടവറുകൾ.
അവയ്ക്ക് കീഴിൽ
മണ്ണപ്പം ചുടുന്ന
കുട്ടികളുടെ കണ്ണിൽ
വിമാനങ്ങൾ തിളങ്ങുന്നതിനെക്കുറിച്ച്
കവിത നിനച്ചിരിക്കെ,
പെട്ടെന്ന്,
കാറ്റും പിശറും
മിന്നലും ഇടിയും
കൂറ്റനൊരു വിമാനം
ടവറിലിടിച്ച് കത്തി;ജീവനോടെ.
പേമഴ കുടിലുകളെ വിഴുങ്ങി;ജീവനോടെ.
ദീനനീളൻ ദുഃഖരാഗം
ടിവിയിൽ.

2

നഷ്ടപരിഹാരവുമായി
നഗരത്തിലേക്ക് മടങ്ങുമ്പോൾ
തിരക്കേയില്ല.
ഹാ!ഹാ!!
മെനിഹാപ്പി റിട്ടേൺസ്.

എന്റെ ചെരുപ്പ്

തേഞ്ഞ് തേമ്പി.
തള്ളവിരൽ
മണ്ണിൽ തൊടുന്നു.
ഭാര്യയുടെയും,
മക്കളുടെയും
ഒപ്പമെത്തുന്നില്ല.
ചെരുപ്പുകുത്തിയുടെ മുന്നിലെ തിരക്കപ്പോ;
പല പരുവം,പഴക്കം,
വല്യപ്പം,ചെറുപ്പം,
സ്വർണ്ണക്കിന്നരി
വർണ്ണപ്പൂക്കൾ
വെറും ഒഴുക്കൻ
ഒരു ദുനിയാവ്തന്നെ.
തട്ടിയും,മുട്ടിയും,
മേടിയുമമർത്തിയും,
തിരിച്ചുംമറിച്ചും
എക്സ്റേക്കണ്ണുകളാൽ പരിശോധിച്ച്
പശ പുരട്ടിയൊട്ടിച്ച്
പോളിഷടിച്ച്
പുതുപ്പിറവിയിലേക്ക്.
തീരെ നന്നാക്കാൻ
പറ്റാത്തവയെ
പിൻപെട്ടിയിലേക്ക്.
എന്റെ ഊഴമെത്തി.
നഗ്നപാദങ്ങളിൽ
മണ്ണിന്റെ തണുപ്പ്
തരിക്കുമ്പോൾ
മനസ്സ് കാട്കയറി;
മനുഷ്യാ നീ.
കുതിച്ച്,
തൊഴിച്ച്,
മെതിച്ച്,
ചവിട്ടിയരച്ച്.

അനൂപിന്റെ അമ്മയുടെ കാഴ്ച

ഉറക്കമിളച്ച് വിരിയിച്ച
ഒരേയൊരു പനിനീർപ്പൂവ്
പേമാരിയും കാറ്റും
തണ്ടോടെ മുറിച്ചോണ്ട് പോയി.

ഓമനത്തമുള്ള പൂച്ചിരി
ആകാശത്ത് കണ്ട്
അനൂപിന്റെ അമ്മ എത്തിപ്പിടിക്കാനായുന്നുണ്ട്.
അനുനയത്തോടെ വിളിക്കുന്നുണ്ട്.
അനൂപിന്റെ അച്ഛൻ
വിരലുകൾ പത്തും
നരയിൽ പൂഴ്ത്തിയിരിക്കുന്നുണ്ട്.
ദൂരദർശിനിയിലൂടെ നോക്കിയിട്ടും,
ഞങ്ങൾ,അനൂപിന്റെ കൂട്ടുകാർക്ക്
ആ പൂവ്
കാണാൻ കഴിയുന്നില്ല.
അമ്മയുടെ
കണ്ണിലൂറ്റുനോക്കുമ്പോഴുണ്ട്,
ദാ അവിടെ!

പുത്തരിക്കോലങ്ങൾ

ഗോമതി
വാതിൽക്കൽ
കോലം എഴുതുന്നുണ്ട്;
വർഷത്തിലൊരിക്കൽ
ഇമൾഷനിൽ.
ബോബ്ചെയ്ത മുടിയിഴയിൽനിന്ന്
ഷാംപൂമണം.
മാമി
പണ്ട്,
ദിനംപ്രതി
നിതംബം കുതിരുംവരെ
കുത്തിയിരുന്നെഴുതിയ
അരിപ്പൊടിയിൽ
വളർന്നവയുടെ
പുതുതലമുറ
ഇപ്പോൾ
കോലംകെട്ടിഴയുന്നു;
തിരഞ്ഞു തിരഞ്ഞ്
ഒരു തരി.

പ്രവാസിയുടെ മുണ്ട്

പറഞ്ഞു പണ്ട് കെജിയെസ്,
മുണ്ടിനെപ്പറ്റി;
അലക്കുകല്ലിന്റെ
ധാർഷ്ട്യത്തിൽ
പിഞ്ഞിവെളുത്തപ്പോഴും
ഞരമ്പിലെ നിറം
ചുറ്റും പരത്തിയ
ചുവപ്പ് കരമുണ്ട്.
ഇന്ന് ഫാഷൻ,
പണത്തിനും പിസ്റ്റളിനും
പ്രത്യേകം അറകളുള്ള
കളസങ്ങളാണ്;
പുറത്തുണിന്റെ ഡ്രസ്സ്കോഡ്.

മൂന്നാമിടത്തെ
സൂചിത്തണപ്പിൽ
മുണ്ട് മരണമാണ്.
രണ്ടാമിടത്ത്
പൈജാമകൾ
ലുങ്കിയെന്ന്
അപഹസിക്കുന്നു.
ഒന്നാമിടത്ത്
ടൂറിസ്റ്റുകളെ കെണിക്കുന്നു
ഭാരിച്ച മഞ്ഞക്കരകൾ.
പുതുവാല്യക്കാർക്ക്
മുണ്ടിന്റെ വേഗഭാഷയാണ്
ബർമുഡ;
കോന്തല കിട്ടാത്ത
മടക്കിക്കുത്ത്.
എങ്കിലും,
മലയാളി എവിടെയും
വീട്ടിനുള്ളിൽ

സുഖരഹസ്യമായി
കരമുണ്ട് ഒന്ന്
കരുതുന്നുണ്ട്;
എല്ലാടവുമത്
ഘോഷനാകുമെന്ന
ആശയോടെ.

ഞാൻ കവിത കേൾപ്പിക്കുന്നത്

1

പത്താംതരത്തിന് മുമ്പേ
കുത്തിക്കുറിക്കാൻ തുടങ്ങിയിരുന്നു.
അന്നൊക്കെ,
കളി, കുളി, കവിത, പിന്നെ പഠിത്തം
എന്നായിരുന്നു.
സ്കൂളിൽ പോയിവരുമ്പോൾ
ഒറ്റവരകളിൽ കുറിച്ചത്
ആവേശത്തോടെ
കൂട്ടുകാരന്റെ ചെവിയിലൊഴിച്ചു.
അത് കവിഞ്ഞ്
അച്ഛന്റെ കാതിലേക്കിറ്റു.
ചീന്തിയ താളുകളിലെ മനസ്സ്
തുടയിൽ തിണർത്തു.
ഇല്ലേ, ഇനി കേൾപ്പിക്കില്ലേ.

2

കടൽക്കാറ്റിൽ ചാലിച്ച വരികൾക്ക്
അവൾ നൽകിയ ചുംബനം,
കവിതക്ക് കിട്ടിയ ആദ്യസമ്മാനം.
പക്ഷേ,
ചാത്തന്റെ കവിത ശ്വസിച്ച
സാവിത്രി ഉറങ്ങിലായി.
ഇല്ല, ഇല്ല, ഇനിയൊരുത്തിയെയും.

3

പ്രസവവാർഡിന്റെ വരാന്തയിലും,
സ്കൂൾ ഗേറ്റുകളിലും
റിമോട്ട്കളിലും കുരുങ്ങി
പാടാതെ പോയ വരികൾ
ഒരു ഞായറാഴ്ച,
കുളിച്ച്, ഈറൻ മാറിവന്ന
ശ്രീമതിയെ കേൾപ്പിക്കാൻ

ആവേശമുണർന്നു.
കേട്ട് മൂളിക്കൊണ്ടാണെങ്കിലും,
നിലക്കണ്ണാടിയിൽ
മുഴുകിയിരുന്ന മുതുകത്ത്
നോട്ട്ബുക്ക് വലിച്ചെറിഞ്ഞു.
കല്യാണമുമ്പ് മുതലുള്ള മനക്കണക്കുകൾ ചിക്കിച്ചികഞ്ഞു.
മുറിയലങ്കോലമായി.
ശിഷ്ടം രണ്ടെന്ന കുട്ടികൾ
കളി മറന്ന് മിഴിച്ചു.
ഇല്ലില്ല, ഇനിയാരെയും.

4

ഉച്ചയിടവേളയിൽ
കൂട്ടുകാരൻ
കവിതയിലലിയുമ്പോൾ
തന്റെ കൃത്യവിലോപങ്ങൾക്ക്
മുഴുവൻ കാരണം,
കവിതയെന്ന് മേലധികാരി.
ഇല്ല സർ, ഇനി ഒരിക്കലുമില്ല സർ.

5

സഹൃദയരേ,
മുഷിയില്ലെങ്കിൽ
എന്റെയീ പുതിയ കവിത!

മക്കളേ

എന്തിനാണ്
നീ
എന്നെ
ഇങ്ങനെ നോക്കുന്നത്?
ലാളിച്ചിട്ടുണ്ടേറെ,
കൈപൊന്തിക്കാണ്ടൊരിക്കലും.
നിന്നിട്ടുണ്ടൊപ്പം കൈപൊക്കി;
നീയങ്ങകലെയുയരുംവരെ.
ഒച്ച പൊക്കിയിട്ടില്ലൊരിക്കലും
ഒച്ച നീ പൊക്കുംവരെ.
കവിഞ്ഞിട്ടില്ലൊരു പേമഴയിലും ഉരുൾപൊട്ടിപ്പിളരുംവരെ.
അടിത്തുണേറെയാകയാൽ
തൊടില്ലൊരു ചില്ലിയും.
കിഴിക്കുകില്ലൊരു കാലത്തും
മരണപത്രികതന്നിലും.
എന്നിട്ടുമെന്തിനാണ്
നീ
ഉറക്കത്തിലെന്റെ പേരക്കുട്ടിയെ
പറിച്ചോണ്ട് പായുന്നത്?
എന്തിനാണെന്റെ മക്കളേ
നീയെന്നെ
ഇങ്ങനെതന്നെ നോക്കുന്നത്?!

അന്റൂപിന്റെ അമ്മയുടെ ഉൾക്കാഴ്ച

അന്റൂപിന്റെ ആണ്ടുബലിക്ക്
കടലിൽ മുങ്ങിനിവർന്ന
അമ്മയുടെ കയ്യിൽ
ഒരു ചെരുപ്പ് തങ്ങി;
എത്ര ഒപ്പിയിട്ടും
ഉപ്പുനീർ തോരാത്ത ചെരുപ്പ്.
അമ്മയുടെ അലമുറ
ബലി അലങ്കോലമാക്കി. വർഷങ്ങൾക്ക മുമ്പ്
ഗോവയിൽ മുങ്ങിയ ചെരുപ്പ്
ഇപ്പോൾ മുംബൈയിലെത്തില്ലെന്ന്
അച്ഛൻ
$E = mC^2$ *ഉദ്ധരിച്ച് ഉറപ്പിച്ചു.*

2
അലമാരയിലെ ആഭരണപ്പെട്ടിയിൽനിന്ന്
പട്ടിൽ പൊതിഞ്ഞ ചെരുപ്പെടുത്ത്
ജോഡി വെച്ചപ്പോൾ,
ഐൻസ്റ്റീനും തെറ്റുപറ്റാമെന്ന്
അച്ഛൻ സമ്മതിച്ചു.
ഉപ്പുവെള്ളച്ചെരുപ്പ്
അപ്പോൾ പാടേ തോർന്നു.
ഒപ്പം അമ്മയുടെ കണ്ണീരും.
കടലിന്റെ ഇരമ്പം മറന്ന്
അമ്മയും അച്ഛനും
ഒന്ന് മയങ്ങി;
വർഷങ്ങൾക്ക ശേഷം.

പിതൃദിനത്തിൽ

സമ്മതിക്കുന്നു,
മണ്ടൻ,സ്വാർത്ഥ,മൂഢ,
പെറ്റി,യുക്തിഹീനൻ.
കടമകെട്ട് തേരാപ്പാരായെന്ന്,
ഓവർടൈം വിട്ടുകളയുന്നെന്ന്,
ഫ്ലാറ്റ് നോക്കുന്നില്ലെന്ന്,
വായിക്കാതെ വാങ്ങിക്കൂട്ടുന്നെന്ന്,
കുത്തിക്കുറിക്കുന്നു പാഴെന്ന്,
സദാ മൊബൈലെന്ന്,
അടുക്കളയറിയില്ലെന്ന്,
ബോർഡിങ്ങിൽ വിട്ടില്ലെന്ന്,
ബൈക്ക് തന്നില്ലെന്ന്,
ഷെയറ് കുറച്ചെന്ന്,
കടംകൊടുക്കാത്ത
അർക്കീസെന്ന്,
പിരിവ് നൽകാത്ത പിശുക്കനെന്ന്,
കാണിക്കയിടാത്ത കപടനെന്ന്.
രണ്ടടിയ്ക്കാത്ത വാഴപ്പിണ്ടിയെന്ന്,
ഊണമെഴുതാത്ത വികടനെന്ന്,
കൊടി പൊക്കാത്ത ചാരനെന്ന്,
അണിചേരാത്ത പെറ്റിയെന്ന്,
കൂട്ടത്തിൽ കലമ്പൽക്കാരടെന്ന്

2

മക്കളേ,
എല്ലാർക്കുമെല്ലാറ്റിനും
എക്കാലവും നന്ദി;
മുറിച്ചെടുക്കാത്തതിന്,
പ്രായം പതിപ്പിച്ച
രണ്ട് ചൂണ്ടുവിരലുകൾ.

അച്ഛന്റെ മണമുള്ള മൂലകൾ

കഥ പറയുന്ന,
കവിത പാടുന്ന,
നാടകത്തിനും സിനിമയ്ക്കും കൂട്ടുന്ന
മാഷായിരുന്നു.
പട്ടാളമാണിഷ്ടമെന്ന്
ഒറ്റമകൻ വാശിപിടിച്ചപ്പോൾ
'അയാളുടെ ജീവിതം'എന്ന്
കണ്ണീരടക്കിയ മാഷ്.
(അമ്മ ആകെ കലങ്ങിയിരുന്നു.)

2
മഞ്ഞിലൂടെ,മരുവിലൂടെ,
മഴയിലൂടെ,മുള്ളിലൂടെ
ചിട്ടതെറ്റാത്ത കവാത്തിൽ
പൊള്ളിയപ്പോഴൊക്കെ
മാഷിന്റെ കത്തുകൾ
വീതിവിശറിയായി.
പുറംലോകമില്ലാത്ത
അതിർത്തിമണൽക്കാട്ടിൽ,
രഹസ്യഡ്യൂട്ടിടെന്റിൽ,
വക്ക് വിണ്ട വിശറിതന്നെ
വീണ്ടും വീണ്ടും വീണ്ടും.

അർദ്ധരാത്രിയിൽ മരുപ്പരപ്പിന്റെ ഓരിയിൽ
ഉറക്കം കെട്ടിരിക്കുമ്പോൾ
ബോംബുപോലൊരു ഫോൺ;
'അച്ഛൻ
പെട്ടന്നായിരുന്നു,
മാസ്സീവായിരുന്നു.'

3

ട്രക്കിൽ,ട്രെയിനിൽ,
ടാക്സിയിൽ,നട നട
ഏഴു ദിവസം.
പടികടന്നു ചെല്ലുമ്പോൾ
അമ്മ
പെട്ടെന്ന് നരച്ചു,അടിമുടി.
കരിമ്പനടിച്ച കുറിയാണ്ടിൽ,
വെറ്റിലച്ചെല്ലത്തിൽ,
കാൽപ്പെട്ടിയിൽ,
ചായ്പ്പിലെ പുസ്തകമൂലയിൽ
ഒക്കെയൊക്കെ
ഒരേയൊരു മണം.
പട്ടാളത്തെ ശപിച്ചു,
ആദ്യമായി.

വീട്

വെറുമൊരു കൂടല്ല വീട്.
കാറ്റും വെളിച്ചവും പോഷകവും വേണമതിന്.
വീടിന് സ്വന്തമായ് പേരുണ്ട്;
പ്രേമത്തിൻ,പൊങ്ങച്ചത്തിൻ,പുരോഗമനത്തിൻ, പുണ്യത്തിൻ
പൊട്ട്.
വീടിന് തുടിക്കുന്ന ചങ്കുണ്ട്;
നമ്മോടൊപ്പം
തേങ്ങുകയും തുള്ളിച്ചാട്ടകയും ചെയ്യുന്നത്.
രാവിലെ മേക്കപ്പിട്ട്

നാം അരങ്ങിലേറുമ്പോൾ
മുണ്ടിന്റെ കോന്തലയൊതുക്കുന്നതും
പൊട്ട് ശരിയാക്കുന്നതും വീടാണ്.
അറിയാനും നേടാനും
നാം തിരക്കിട്ടോട്ടുമ്പോൾ
വീട് നിർത്താതെ ടാറ്റാ പറയും.
തിരിച്ചെത്തുംവരെ
അസ്വസ്ഥമായി നടക്കും.

നമ്മുടെ ഒച്ച കടുത്താൽ
വീട്
നിറകണ്ണുകളോടെ
കതകിന്റെ മൂലയിലൊതുങ്ങുന്നു.
ഒച്ച കിലുങ്ങുമ്പോൾ
മുറികൾ തോറും
താളത്തിൽ തുള്ളിക്കളിക്കുന്നു.
ദൂരദിക്കിലുള്ള
കൊച്ചുമക്കളെത്തേടിയിടക്കിടെ
നാമോട്ടുമ്പോൾ
വാത്സല്യപ്പൊതികൾ പേറി
നീർ കാണുംവരെ അനുഗമിക്കുന്നു.
നീൾനാളേക്ക് കണ്ണീർപ്പൊടി പൊഴിച്ച് കാത്തിരിക്കുന്നു.

തിരികെയെത്തുമ്പോൾ,
നഗരകൗതുകങ്ങളേറ്റവാങ്ങി
അടങ്കലമാശ്ലേഷിച്ച് പൊതിഞ്ഞ്,
സോഫയിലേക്ക് ചായുന്നു.
ഉറക്കമെന്നതേയില്ല വീടിന്.
പകലൊക്കെയും
നമ്മെക്കുറിച്ച് ചിന്തിച്ചുഷ്ണിച്ചും,
രാത്രിയൊക്കെയും
ഈണത്തിൽ വീശിവീശിയും
ഉറക്കമിളയ്ക്കുന്നു.
നാം,
സൗകര്യംനോക്കി വിൽക്കാനോർത്താൽ,
മനസില്ലാമനസ്സോടെ
വെള്ള പുതച്ച് കിടന്നാൽ
വീട് വിയർത്തുഴറും.
ഇന്ദ്രിയങ്ങൾ അഞ്ചല്ലായിരമുണ്ട് വീടിന്;
എപ്പോഴുമെല്ലാം
കാണുന്നു
കേൾക്കുന്നു
മണക്കുന്നു
രുചിക്കുന്നു.
ഉള്ളിലെ ഉള്ള് തൊട്ടറിയുന്നു.
ആരോരുമറിയാതോർത്തൊക്കെയൊതുക്കി
കാത്തുവെക്കുന്നു.
അരുതാത്തത് നടന്നാൽ
വീട് അഗാധവിഷാദിയാവും.
കാളിങ്ങ്ബെല്ലിനെയും പേടിക്കും. ബാൽക്കണിയിൽനിന്ന്
കാറ്റിനെയും ആട്ടിയോടിക്കും.
വീടു പറയുന്നതൊക്കെ
നാം ശ്രദ്ധയോടെ കേൾക്കണം.
അഞ്ചിന്ദ്രിയങ്ങളുംകൊണ്ടു താലോലിക്കണം.
ഇല്ലെങ്കിൽ,
ചുറ്റം പതുങ്ങുന്ന കാട്
അരിച്ചരിച്ച് അകത്തേക്ക് വരും.
വിഴുങ്ങിക്കളയും.

പിൻവാതിലില്ലാത്ത വീടുകളിൽ

അന്നൊക്കെ
മൂപ്പിലാന്റെ കാർക്കിപ്പ്
മുറ്റത്ത് കേൾക്കുമ്പോൾ
താടി മാന്തി
മുലപ്പാല് മോന്തി
പിൻവാതിലിലൂടെ
ഞാൻ നൂണ്ടിരുന്നു.
ഇന്ന്,
എന്റെ മകൻ
നൂറാംനിലയിലെ
മുൻവാതിലിൽ നേരിടുന്ന
കാർക്കിപ്പ്
എവിടെ
തെറിക്കുമെന്നുഴറി
അടുക്കളയിൽ
വിങ്ങുന്നു മുലപ്പാൽ.

കീറിയകറൻസി

ബാങ്ക് തന്ന നോട്ടുകെട്ടിൽ
കീറനോട്ട്.

നോട്ടിതാരും തൊടുന്നില്ലീ
നോട്ടിനൊന്നും തരുന്നില്ല.
നാറ്റമുള്ള വായ നന്നായ്
മൂടിവയ്ക്കാൻ പറയുന്നു.
ഭരണഘടന പൂട്ടിവെച്ച്
പാട്ടു നോക്കാൻ പറയുന്നു.
ദൂരെയുള്ള
റിസർവ്ബാങ്കിൻ
ക്യൂവിൽ നിൽക്കാൻ കഴിഞ്ഞില്ല.
ദിവസമൊത്താൽ
സമയമില്ല.
സമയമൊത്താൽ
ക്യൂ വലിപ്പം.
വോട്ടുചെയ്ത
കൂട്ടരൊക്കേം
നോട്ട് മാറ്റാനെത്തിയെന്നോ.
തോറ്റു,
ഞാനെൻ കീറനോട്ടൊരു
കണ്ണുപൊട്ടൻ യാചകന്റെ
കയ്യിൽ വെച്ചു.
കണ്ടുകണ്ണിൽ ചേർത്തയാൾ
കോടിസ്വത്ത് നേരുമ്പോൾ,
തെരുവുപയ്യനത് റാഞ്ചി,
പക്ഷിവേഗം പറക്കുമ്പോൾ,
ഹോണ്ടാസിറ്റി വന്നവന്റെ ഉയിരെടുത്തോണ്ടോടിപ്പോയ്.
കീറനോട്ടാ ടയറിന്റെ
പല്ലിനിടയിലൊളിക്കുന്നു.
ഞാനെന്റെ നേരേ കണ്ണിറുക്കി
ചുണ്ട് പൂട്ടിച്ചിരിക്കുന്നു.

അനുബന്ധം 3

സംഗീതത്തിൽ ധൈര്യപ്പെട്ട് എഴുതിയ ആത്മകഥ

ഡോ. പി.ശിവപ്രസാദ്

സ്വവിരചിതമായ സ്വാനുഭവങ്ങളാണ് ആത്മകഥയ്ക്ക് അടിസ്ഥാനം. അനുഭവങ്ങളുടെ തീക്ഷ്ണതയും നാടകീയതയും അവയുടെ അവതരണത്തിൽ പുലർത്തുന്ന ആത്മാർത്ഥതയും സത്യസന്ധതയും ആത്മകഥകളെ വ്യത്യസ്തമാക്കുന്നു.മറ്റ് സാഹിത്യരൂപങ്ങളെ അപേക്ഷിച്ച് ആത്മകഥാവിഭാഗം മലയാളത്തിൽ അത്ര സമ്പന്നമല്ല. എന്നിരിക്കിലും കവിയുടെ കാൽപ്പാടുകൾ, കാവ്യലോകസ്മരണകൾ തുടങ്ങിയ ഈടുറ്റ രചനകൾ നമുക്കുണ്ട്. അതോടൊപ്പം മറുനാട്ടുകാർ അവരവരുടെ ഭാഷയിലെഴുതിയ ആത്മകഥകൾ നമ്മൾ ഇരുകൈനീട്ടി സ്വീകരിച്ചിട്ടുമുണ്ട്. മലയാളത്തിൽ മൊഴിമാറിവന്ന ആത്മകഥകൾ അതിന് തെളിവാണ്. പക്ഷേ വിവർത്തനം ചെയ്യപ്പെട്ട ആത്മകഥകളെ ഗൗരവബുദ്ധിയോടെ സമീപിക്കാനും വിലയിരുത്താനുമുള്ള ശ്രമങ്ങൾ അധികമുണ്ടായിട്ടില്ല. നമ്മുടെ സാഹിത്യ ചരിത്രഗ്രന്ഥങ്ങളിലൊന്നുംതന്നെ ഇതിനെക്കുറിച്ചുള്ള സൂചനകൾപോലുമില്ല.

1940-ൽ സി.എച്ച്. കുഞ്ഞപ്പ വിവർത്തനം ചെയ്ത ജവഹർലാൽ നെഹ്റുവിന്റെ ആത്മകഥയാണ് മലയാളത്തിൽ മൊഴിമാറിവന്ന ആദ്യത്തെ ആത്മകഥ. അതിനുശേഷം ഗാന്ധിജി, ടാഗോർ, ഡോ. രാജേന്ദ്രപ്രസാദ്, നടരാജഗുരു, അബ്ദുൾകലാം ആസാദ്, മാക്സിം ഗോർക്കി, ടോൾസ്റ്റോയ്, ഹെലെൻ കെല്ലർ, ഇന്ദിരാഗാന്ധി, എൽ.കെ. അദ്വാനി,

ഡോ. എ. പി. ജെ. അബ്ദുൽകലാം തുടങ്ങി നരേന്ദ്ര മോഡിവരെയുള്ള പ്ര ഗൽഭരുടെ ആത്മകഥകൾ മലയാളത്തിർ തർജ്ജമ ചെയ്യപ്പെട്ടു. 1998 ൽ ഡോ.നടുവട്ടം ഗോപാലകൃഷ്ണൻ നടത്തിയ പഠനത്തിൽ അതുവരെ 52 ആത്മകഥകൾ മലയാളത്തിൽ മൊഴിമാറിവന്നതായി രേഖപ്പെടുത്തിയി ട്ടുണ്ട്. മഹാൻമാരുടെ മാത്രമല്ല ലോകം വെറുക്കുന്ന ഹിറ്റ്ലറുടെ ആത്മ കഥയ്ക്കുപോലും ഇവിടെ വായനക്കാരുണ്ടായി. കുറച്ചു വർഷംമുമ്പുവരെ കള്ളന്റെയും വ്യഭിചാരിണിയുടെയും ആത്മകഥകൾക്ക് മലയാളത്തിൽ വൻ പ്രചാരം കിട്ടിയിരുന്നു. ഈ ബഹളത്തിനിടയിൽ അധികമാരു ടെയും ശ്രദ്ധയിൽപ്പെടാതെപോയ ഒരു ആത്മകഥ നമ്മുടെ ഭാഷയിൽ മൊഴിമാറി വന്നിരുന്നു. അനുഗ്രഹീത സംഗീതജ്ഞൻ ഇളയരാജയുടെ 'സംഗീതക്കനവുകൾ' എന്ന ഗ്രന്ഥം. തമിഴ് ക്ലാസിക്കുകൾ പലതും മലയാളത്തിലേക്ക് കൂടുമാറ്റിയ, കവിയും ഗാനരചയിതാവുമായ എസ്. രമേശൻനായരാണ് തമിഴിൽനിന്നും ഈ ഗ്രന്ഥം വിവർത്തനം ചെയ്തത്.

സംഗീതക്കനവുകൾ

ആത്മകഥാംശമുള്ള ഏത് സൃഷ്ടിയും ആത്മകഥയുടെ പരിധിയിൽ വരും. കഥ, കവിത തുടങ്ങിയ സർഗരചനകൾ തൊട്ട് ഡയറി, കത്ത്, യാത്രാവിവരണം, ഓർമക്കുറിപ്പുവരെയുള്ള ഗദ്യരൂപങ്ങളെല്ലാം വിപുലമായ അർത്ഥത്തിൽ ആത്മകഥകൾ തന്നെ. അനുഭവങ്ങളുടെ വൈചിത്ര്യവും സത്യസന്ധതയും ഇത്തരം രചനകൾക്ക് മിഴിവുണ്ടാക്കും. ഇളയരാജയുടെ 'സംഗീതക്കനവുകൾ' വേണമെങ്കിൽ ഒരു യാത്രാവി വരണഗ്രന്ഥമായി വായിക്കാവുന്നതാണ്. രചയിതാവ് ആമുഖത്തിൽ പറഞ്ഞപോലെ 1983 ൽ ഒരു വിദേശപര്യടനത്തിനു നിർബന്ധിതനാ യപ്പോൾ, സംഭവങ്ങളെ തമിഴിൽ പകർത്തിവെച്ചതാണിത്. എന്നാൽ വിവരണം യാത്രയേക്കാളധികം ഇളയരാജയെക്കുറിച്ചും അദ്ദേഹത്തി ന്റെ സംഗീതത്തെക്കുറിച്ചുമായതിനാൽ ആത്മകഥയുടെ പരിധിക്കുപുറ ത്തുപോവാത്ത രചനയാണിത്. ആത്മകഥാരചനകളെ സംബന്ധിച്ച പരമ്പരാഗത സങ്കൽപ്പങ്ങളിൽനിന്നും ഈ കൃതി മാറിനിൽകുന്നു.

എന്തുകൊണ്ട് ഇളയരാജ? ഭാരതത്തിൽ എത്രയോ സംഗീത ജ്ഞരുണ്ട്. അതിനിടയിൽ ഇളയരാജയുടെ അനുഭവങ്ങൾക്കുമാത്രം എന്താണ് ഇത്ര പ്രസക്തി. ഈ ചോദ്യത്തിന് ഇളയരാജയുടെ ആരാധകർക്ക് വേണ്ടതിലധികം പറയാനുണ്ടാവും. രണ്ട് കാര്യങ്ങൾ മാത്രം ഇവിടെ കുറിക്കാം. കമലഹാസൻ പറയുന്നു, 'ഒരാൾ എങ്ങനെ പണക്കാരനാവുന്നു എന്ന് കണക്കുകൾ നിരത്തി വിശദീകരിക്കുവാൻ കഴിയും-ആദായനികുതിക്കാർ ചെയ്യുന്ന പണി അതാണ്. അതുപോലെ,

ഒരാൾ എങ്ങനെ ഒരു കലാകാരനാവുന്നു എന്നും മനസ്സിലാക്കാൻ പറ്റും. എന്നാൽ ആ മനസ്സിലാക്കൽ ഒരു ശരാശരി കലാകരനെ സംബന്ധിച്ചുമാത്രമേ ശരിയാവുകയുള്ളു. നൂറ്റാണ്ടുകളുടെ പടർപ്പിൽ വളർന്നുലഞ്ഞ് തണൽ വീശി നിൽക്കുന്ന അനുഗ്രഹവൃക്ഷങ്ങൾക്ക് അത് ബാധകമല്ല. അങ്ങനെയൊരു മഹാവൃക്ഷമാണ് ഇളയരാജ.... പേരെടുത്ത സംഗീതജ്ഞന്മാർ പോലും തങ്ങൾക്ക് ഇളയരാജയെ അളന്നറിയുവാൻ കഴിയുന്നില്ല എന്ന് അത്ഭുതത്തോടെ പറയുന്നത് ഞാൻ കേട്ടിട്ടുണ്ട്'. ഭാരതീരാജ പറയുന്നു, 'കാറ്റ് ഇപ്പോൾ സ്വതന്ത്രമല്ല. അതുമുഴുവൻ രാജായുടെ സംഗീതം അലിഞ്ഞുചേർന്നിരിക്കുന്നു'. ഇളയരാജയെക്കുറിച്ച് ഇതിൽ കൂടുതൽ എന്തു പറയും?

ഭാരതീയ ചലചിത്രസംഗീതത്തിന് ദ്രാവിഡതാളത്തിന്റെ ആത്മാവ് നൽകിയ സംഗീതജ്ഞനാണ് ഇളയരാജ. ആയിരത്തിലധികം സിനിമകൾ, അയ്യായിരത്തിലധികം ഗാനങ്ങൾ, സ്വന്തം ശബ്ദത്തിൽതന്നെ മുന്നൂറിലധികം പാട്ടുകൾ, ഏഷ്യയിലെ ആദ്യത്തെ സിംഫണിയായ തിരുവാസകം, വിവർത്തനങ്ങളടക്കം അനേകം പുസ്തകങ്ങൾ-ഇളയരാജയുടെ അനുപമമായ സൃഷ്ടികൾ!. ഭാരതത്തിലെ മിക്ക ഭാഷകളിലും അദ്ദേഹം പാട്ടൊരുക്കി. സൂപ്പർസ്റ്റാറുകളുടെ ഡേറ്റിനേക്കാൾ ഒരു സംഗീതസംവിധായകന്റെ ഡേറ്റിനുവേണ്ടി നിർമാതാക്കൾ ക്യൂ നിന്നിട്ടുണ്ടെങ്കിൽ അത് ഇളയരാജയുടെ വീടിന് മുന്നിൽ മാത്രമായിരിക്കും. ഇത്രയും വലിയ പ്രശക്തിയും ആരാധകവൃന്ദവും ഒക്കെ കൂടിച്ചേരുമ്പോൾ ഏത് വലിയ മനുഷ്യനും അൽപം പൊങ്ങിപ്പോവാം. എന്നാൽ ഇളയരാജ നിസ്സംഗതയോടെ ഇവയെല്ലാം വീക്ഷിക്കുന്നു. ഭഗവാൻ രമണമഹർഷിയുടെ ശിഷ്യനും സംഗീതത്തിന്റെയും വിദ്യയുടെയും ദേവിയായ മൂകാംബികയുടെ ഭക്തനുമായ ഇളയരാജയ്ക്ക് ഐഹികസുഖത്തിന്റെ നിസ്സാരത നന്നായറിയാം. 'സംഗീതക്കനവുകളി'ലെ ഓരോ വരി വായിക്കുമ്പോഴും നമുക്കത് ബോധ്യപ്പെടും. ഇതുകൊണ്ടാവാം വിവർത്തകനായ എസ്. രമേശൻ നായർ പ്രസ്തുത ഗ്രന്ഥത്തിന്റെ ആമുഖത്തിൽ കൃതിയുടെ മാഹാത്മ്യം തിരിച്ചറിയുന്നത്. ക്ലാസ്സിക്കുകളിൽ കുറഞ്ഞ ഒന്നും തന്നെ വിവർത്തനത്തിന് കൈവെക്കരുത് എന്ന് നിശ്ചയിച്ചുറപ്പിച്ച രമേശൻ നായർ വിവർത്തനാപേക്ഷയുമായി വരുന്നവരെ ഒഴിവാക്കുകയാണ് പതിവ്. എന്നാൽ 'സംഗീതക്കനവുകൾ' വിവർത്തനം ചെയ്യാനുണ്ടായ സാഹചര്യം അദ്ദേഹം ഇങ്ങനെ വെളിപ്പെടുത്തുന്നു, 'ഇടയ്ക്ക് ഞാൻ ആ ചെറിയ പുസ്തകം ഒന്നു മറിച്ചു നോക്കി. അറിയാതെ വായിച്ചു. എനിക്കു താഴെ വെക്കാൻ കഴിഞ്ഞില്ല......മനപ്പൂർവ്വം പ്രേരണയ്ക്കു വിധേയനായി, യാന്ത്രികമായി ചെയ്ത ഒരു മൊഴിമാറ്റമല്ല ഇത്.

അറിയാതെ മലയാളവുമായി ഇളയരാജയുടെ അനുഭവങ്ങളിലൂടെ ഒഴുകിപ്പോയതാണ്'. മൂലകൃതി വായിച്ചപ്പോൾ വിവർത്തകനുണ്ടായ അതേ അനുഭവമാണ് വിവർത്തിതകൃതി വായിക്കുന്ന വായനക്കാർക്കുമുണ്ടായിരിക്കുക. യഥാർത്ഥത്തിൽ വിവർത്തനത്തിന്റെ കാര്യം മറച്ചുവെച്ചിരുന്നെങ്കിൽ ഈ പുസ്തകം മലയാളത്തിലെ ഒരു മൗലികരചനയായേ ആരും കരുതുകയുള്ളൂ. കാരണം സ്രോതഭാഷയേത്, ലക്ഷ്യഭാഷയേത് എന്ന തിരിച്ചറിയാൻ പ്രയാസമാണ്. വിവർത്തനത്തിൽ കവി അത്ര മാത്രം ശ്രദ്ധിച്ചിട്ടുണ്ട്.

സംഗീതക്കനവുകളുടെ ഏറ്റവും വലിയ ആകർഷണീയത അതിലെ ഭാഷയാണ്. ഇക്കാര്യത്തെക്കുറിച്ച് ഇളയരാജ തന്നെ ബോധവാനായിരുന്നു.1983 ൽ നടത്തിയ യാത്രയുടെ അനുഭവം പകർത്തിവെച്ചപ്പോൾ അതിന്റെ ശയ്യാഗുണം കണ്ട് മുക്തകണ്ഠം തന്നെ പുകഴ്ത്തിയ പലരും ഇന്ന് തമിഴിലെ തലമുതിർന്ന സാഹിത്യകാരന്മാരായിരിക്കുന്നു എന്ന് അദ്ദേഹം ആമുഖത്തിൽ പറയുന്നുണ്ട്. തന്റെ കുട്ടിക്കാലത്തെ സംഗീതാനുഭവങ്ങൾ വിവരിക്കുന്ന സന്ദർഭത്തിൽ ഇളയരാജ എഴുതുന്നത് നോക്കുക, 'എന്റെ ബാലശബ്ദത്തിൽ ഞാൻ പാടിയ പാട്ടുകൾ കേട്ട് കേട്ട് ഓരോ കല്ലും സ്വയം യഥാസ്ഥാനം പോയിരുന്നു. അവിടെ നിർമിക്കപ്പെട്ട പുൽത്തകിടികൾ, ഞാൻ കോരിയൊഴിച്ച നനച്ച വെള്ളത്തേക്കാൾ അധികം, എന്റെ പാട്ടുകൾ കൊണ്ട് നനഞ്ഞു'. ഈ രീതിയിൽ സംഗീതത്തിലെ സമ്യക്കായ ഗതിപോലെ ഭാഷ പ്രവഹിക്കുന്നു. ഭാഷയുടെ ലാളിത്യം എവിടെയും കാണാം. ബിഥോവന്റെ നാട്ടിലെത്തിയപ്പോഴുണ്ടായ അനുഭവം വിവരിക്കുന്നത് നോക്കുക, 'ബിഥോവൻ നടന്ന മണ്ണിൽ ഞാനും നടന്നിരിക്കുന്നു. മഹാപ്രതിഭകളുടെ സംഗീതമേധകൾ നടന്ന മണ്ണിലൂടെ, പണ്ണൈപ്പുരം ഗ്രാമത്തിൽ പിറന്ന സാധാരണക്കാരനായ ഒരെളിയ കലാകാരൻ നടന്നിരിക്കുന്നു. തമിഴകമേ നീ സന്തോഷിക്കു, അഭിമാനിക്കൂ, തുള്ളിക്കളിക്കൂ...' എന്നിങ്ങനെ പോകുന്നു ആ വിവരണം. ഏറ്റവും വലിയ കംപോസറായി താൻ കരുതുന്ന ബാക്ക് താമസിച്ചിരുന്ന മുറിയിലെത്തിയപ്പോൾ ഇളയരാജ പറയുന്നു, 'നാദശരീരനായ സംഗീതാത്മാവേ, ഞാൻ നടന്നുവന്ന ഈ വഴികളിലൂടെ അങ്ങ് എത്ര തവണ നടന്നിരിക്കുന്നു. എന്തൊക്കെ കൽപനകൾ സ്വാംശീകരിച്ചിരിക്കുന്നു. എത്രയെത്ര സംഗീതച്ചെപ്പുകൾ രത്നം നിറച്ച് ഞങ്ങൾക്കായി കരുതിവെച്ചിരിക്കുന്നു. എനിക്ക് അധികമൊന്നും ആലോചിക്കാൻ അവസരമുണ്ടായില്ല-ഞാൻ കരഞ്ഞുതുടങ്ങി'. മൂർത്തവും അമൂർത്തവുമായ അനുഭവതലങ്ങളെ എത്ര വിദഗ്ധമായാണ് അദ്ദേഹം ഭാഷയിൽ ആവാഹിക്കുന്നത്. വാഗ്ദേവിയുടെ സ്തനദ്വയങ്ങൾ

ഒരുപോലെ നുകരാൻ ഭാഗ്യം ലഭിച്ച അപൂർവം പ്രതിഭകളേ ലോകത്തുണ്ടാവുകയുള്ളൂ. സംഗീതത്തിലെന്നപോലെ ഭാഷയിലും ഇളയരാജ സൃഷ്ടിച്ച മനോഹാരികതയ്ക്ക് നല്ല ഉദാഹരണമാണ് ഈ ഗ്രന്ഥം.

തമിഴിലെ തലമുതിർന്ന എഴുത്തുകാർ ശ്ലാഘിച്ച ഈ ഭാഷാശൈലിയുടെ ഉടമസ്ഥൻ പക്ഷേ, എട്ടാം ക്ലാസ് വരെയേ പഠിച്ചിട്ടുള്ളൂ. ഇതെങ്ങനെ സാധിച്ചു? പഠിക്കണമെന്ന് അതിയായ ആഗ്രഹമുണ്ടായിരുന്നെങ്കിലും അതിനുള്ള സാഹചര്യമുണ്ടായിരുന്നില്ല. ദിവസങ്ങളോളം പട്ടിണി കിടന്നതും, ഭക്ഷണത്തേക്കാൾ സംഗീതത്തിന് വേണ്ടിയുള്ള വിശപ്പുമായി അലഞ്ഞുനടന്നതും അക്കാലത്തെ മറക്കാത്ത ഓർമകളാണ്. അദ്ദേഹം പറയുന്നു, 'ഇല്ലായ്മയുടെ ആകാശത്ത്, ദുഃഖത്തിന്റെ മേഘങ്ങൾക്കുമുകളിൽ, ഒരു പക്ഷിയെപ്പോലെ ചിറകുവിരിച്ച് പറക്കുകയായിരുന്നു ഞാൻ. വിതക്കാനില്ല, കൊയ്യാനില്ല, അളന്നുകൂട്ടിവെക്കാനില്ല. സംഗീതം എന്ന ഒറ്റ ലക്ഷ്യം മാത്രം മുന്നിലുള്ളത് കൊണ്ട് വിശപ്പും കഷ്ടപ്പാടുകളും നിസ്സാരമായി തോന്നിയ കാലമായിരുന്നു അത്. ലക്ഷ്യവേധിയായ ഒരു കലാകാരന്റെ ജീവിതത്തിൽ പട്ടിണി പട്ടിണിയല്ല, കഷ്ടപ്പാടുകൾ കഷ്ടപ്പാടുകളല്ല. എല്ലാം അവന് പാഥേയങ്ങളാണ്" അപ്പൊഴും അദ്ദേഹത്തിന് എങ്ങനെ ഈ ഭാഷ സ്വായത്തമായി എന്ന ചോദ്യം അവശേഷിക്കുന്നു. മലയാളത്തിലെ നിസ്തുലമായ ഗദ്യശൈലിയുടെ ഉടമ വി. ടി. ഭട്ടതിരിപ്പാടിനും ഔപചാരിക വിദ്യാഭ്യാസം ലഭിച്ചിരുന്നില്ല. 16-ാം വയസ്സിൽ ഒരു തീയ്യാടിപ്പെൺകുട്ടിയിൽനിന്നും അക്ഷരം പഠിച്ചതും മാൻമാർക്ക് കുട എന്ന് ആദ്യമായി കൂട്ടിവായിച്ചതും നമ്മൾ കണ്ണീരും കിനാവിലും കണ്ടതാണ്. അനുഭവങ്ങളുടെ തീക്ഷ്ണതകൊണ്ടാവണം ഇളയരാജയുടെയും വി. ടി. യുടെയും ഭാഷ, ആത്മാവിൽനിന്ന് നേരിട്ട് പ്രവഹിക്കുന്ന പ്രതീതിയുണ്ടാവുന്നത്. ആശയങ്ങൾ മാത്രമല്ല ഇവിടെ വിനിമയം ചെയ്യുന്നത്.

സ്വന്തം നാട്, ഭാഷ, കല എന്നിവയോട് ഇളയരാജയ്ക്കുള്ള ആത്മബന്ധം ഒന്നു വേറെതന്നെയാണ്. 'സ്വർഗമേ എൻട്രാലും അത് എന്നൂരെപ്പോലെവരുമാ,

'ഏൻനാട് എൻട്രാലും എത് തൻനാട്ടുക്കീഴാകുമാ,

ദേശം പൊഴുതും പേശും മൊഴികൾ തമിഴ്പോൽ ഇനൈച്ചിടുമാ...'

എന്ന് ഇളയരാജ പാടിയത് അദ്ദേഹത്തിന്റെ കാര്യത്തിൽ അക്ഷരംപ്രതി ശരിയാണ്. സ്വന്തം നാടുമായുള്ള ആത്മബന്ധം അദ്ദേഹത്തിന്റെ വാക്കുകളിൽനിന്നുതന്നെ വായിക്കാം. 'എന്റെ നാടിനെക്കുറിച്ച് എനിക്ക് ഉയർന്ന ബഹുമാനമാണുള്ളത്. ഭാരതി എഴുതിയത് പോലെ, വേദം നിറഞ്ഞ തമിഴ്നാടായതുകൊണ്ട്. എണ്ണമറ്റ മഹാത്മാക്കളും

ജ്ഞാനികളും സിദ്ധൻമാരും ഭക്തന്മാരും പണ്ഡിതന്മാരും ചരിത്ര പുരുഷന്മാരും ധീരദേശാഭിമാനികളും കവീശ്വരൻമാരും ജനിച്ചവളർന്ന നാടായതുകൊണ്ട്. ഇത്ര മഹത്വമുള്ള ഒരു നാട്ടിൽ ജനിക്കാൻ കഴിഞ്ഞ തുതന്നെ വലിയ നേട്ടം'. തമിഴ്നാട് പോലെതന്നെ തന്റെ ജന്മഭൂമിയായ ഭാരതവും ഇളയരാജയ്ക്ക് വളരെ വലുതാണ്. യൂറോപ്പ് മുഴുവൻ ചുറ്റി സഞ്ചരിച്ചിട്ടും തനിക്ക് വേണ്ടതെല്ലാം ഭാരതത്തിൽ തന്നെയാണുള്ളത് എന്ന തിരിച്ചറിവോടുകൂടിയാണ് അദ്ദേഹം മടക്കയാത്രക്കൊരുങ്ങുന്നത്. അദ്ദേഹം പറയുന്നു, 'ലോകത്ത് ആകെയുള്ള ക്ഷേത്രങ്ങളിൽ പാതി ഭാരതത്തിലാണ്. അതിലും പാതി തമിഴ്നാട്ടിൽ. ലോകത്തുണ്ടായ സിദ്ധയോഗികളിൽ തൊണ്ണൂറുശതമാനവും ഭാരതത്തിലാണ് അവത രിച്ചത്. ഏറിയ പങ്കും തമിഴകത്ത്. ഞാൻ ആരാധിക്കുന്ന ആദിശങ്കരൻ ആറുതവണ വലംവെച്ചത് ഭാരതത്തെമാത്രം. ലോകം ചുറ്റാനല്ല ആഅവതാരം മുതിർന്നത്. അദ്ദേഹം മനസ്സുവെച്ചിരുന്നുവെങ്കിൽ അന്നേ ലോകം മുഴുവൽ ചുറ്റിവരാമായിരുന്നു. അങ്ങനെയുണ്ടായില്ല. കാരണം അത് ഭാരതത്തിന്റെ മനസ്സാക്ഷിയായിരുന്നു...അവരൊക്കെ വാണിരുന്ന മണ്ണ്, അത് മണ്ണല്ല, മഹത്വത്തിന്റെ പൊന്ന്. അതൊക്കെ ചുറ്റിവന്നാൽ മതി, നമ്മുടെ മുജ്ജന്മപാപങ്ങൾ തീരാൻ.'

സ്വന്തം നാടിനെപ്പോലെതന്നെ അവിടുത്തെ ഭാഷ, കല, സംസ്കാരം തുടങ്ങിയവയിലും ഇളയരാജ അങ്ങേയറ്റം അഭിമാനി ച്ചിരുന്നു. സംഗീതം അത് ഒന്നേയുള്ളൂ, പലവിധത്തിൽ അതിനെ കാണുന്നു എന്ന വിശാലമായ കാഴ്ചപ്പാട് എല്ലാ സംഗീതജ്ഞരെയും പോലെ ഇളയരാജയ്ക്കുണ്ട്. എന്നാൽ ഈയൊരു മുൻധാരണ തന്റെ പൂർവികരുടെ അസാമാന്യമായ പ്രാഗൽഭ്യത്തെ തിരിച്ചറിയുന്നതിൽ നിന്നും അദ്ദേഹത്തെ തടസപ്പെടുത്തുന്നില്ല. വെസ്റ്റേൺ ക്ലാസിക്കൽ ഗിറ്റാറിൽ സ്വർണമെഡലോടെ വിജയിച്ച ഇളയരാജയ്ക്ക് പാശ്ചാത്യ സംഗീതത്തിന്റെ അടിത്തറയെക്കുറിച്ച് നല്ല ധാരണയുണ്ട്. ഈ അടിസ്ഥാനത്തിൽ നിന്നുകൊണ്ടാണ് അദ്ദേഹം ഭാരതീയ സംഗീത ത്തിന്റെ, പ്രത്യേകിച്ച് കർണാടകസംഗീതത്തിന്റെ മൗലികതയെക്കു റിച്ച് സംസാരിക്കുന്നത്. പാരീസിൽവെച്ച് വിശ്രുത സംഗീതജ്ഞൻ പോൾ മരിയയുമായുള്ള അഭിമുഖത്തിനിടയിൽ ഇളയരാജ പറയുന്നു, 'ലോകത്തിലെ ഏറ്റവും ശ്രേഷ്ഠമായ സംഗീതം കർണാടകസംഗീതം മാത്രം. പഠിച്ചറിയാൻ പ്രയാസമുള്ളതു കാരണം അതിന്റെ മഹത്വത്തെ ഇകൾത്തുന്നത് ശരിയല്ല. സംഗീതത്തെ ഉദാത്തവൽക്കരിച്ച് ഉന്നതി യിലേക്ക് കൊണ്ടുപോയി അതിന്റെ പാരമ്യത്തിൽ എത്തിച്ചുകഴി ഞ്ഞാൽ അതിന്റെ പേരെന്താണോ അതാണ് കർണാടകസംഗീതം'.

തെളിവുകൾ നിരത്തി പാടിക്കേൾപ്പിച്ചുകൊണ്ട് അദ്ദേഹം പോൾ മരിയയ്ക്ക് മനസ്സിലാക്കികൊടുക്കുന്നു.

കലയും സംസ്കാരവും സംരക്ഷിക്കുന്ന കാര്യത്തിൽ കിഴക്കും പടിഞ്ഞാറും സ്വീകരിക്കുന്ന രീതിവ്യത്യാസം ഇളയരാജ മനസ്സിലാക്കുന്നുണ്ട്. പൊതുവെ കലാകാരന്മാരോട് വളരെ ബഹുമാനമുള്ളവരാണ് യൂറോപ്യൻമാർ. ഫ്രാൻസിലും ഇംഗ്ലണ്ടിലുമൊക്കെ അത് കാണാം. എന്നാൽ ജർമനിയിലെ ഒരനുഭവം ഇളയരാജയെ നിരാശനാക്കി. താൻ ഏറ്റവും ആദരിക്കുന്ന പാശ്ചാത്യസംഗീതജ്ഞൻ ബാക്കിന്റെ ജൻമനാട്ടിലുണ്ടായ ഒരനുഭവം അദ്ദേഹം പറയുന്നു, 'ഒരു ടൂറിസ്റ്റ് ഗൈഡ് വാങ്ങി, എന്റെ സംഗീതപുരുഷൻ ഏതേതൊക്കെ സ്ഥലങ്ങളിൽ വ്യാപരിച്ചിട്ടുണ്ടാവും എന്ന് അതിനകത്ത് പരതിനോക്കി. കബളിപ്പിക്കപ്പെട്ടതുമാത്രം ലാഭം. അധികവും കണ്ടത് കാറൽമാർക്സ്, ഏംഗൽസ്സ് എന്നീ പേരുകൾ. ബാക് ഇല്ല. അദ്ദേഹം എവിടെ പോയി. എനിക്ക് ഗർജ്ജിക്കാൻ തോന്നി'. ഇതിൽനിന്നും വളരെയൊന്നും അകലെയല്ല നമ്മുടെയും അവസ്ഥ. ത്യാഗരാജസ്വാമികളുടെ ജന്മസ്ഥലത്തുപോലും അദ്ദേഹത്തിന്റെ സ്മാരകമില്ലാത്തതിനെക്കുറിച്ച് ഇളയരാജ ഉത്കണ്ഠപ്പെടുന്നുണ്ട്. നമ്മുടെ മഹത്തായ സാംസ്കാരിക പൈതൃകം സംരക്ഷിക്കേണ്ടതിന്റെ ആവശ്യകതയെക്കുറിച്ച് അദ്ദേഹം പറയുന്നു, 'നമ്മുടെ നാട്ടിൽ മഹാത്മാക്കളായ കലാകാരന്മാർ, നാടകപ്രതിഭകൾ, കവിഗുരുക്കൾ, ആഴ്വാന്മാർ, നായനാർമാർ തുടങ്ങിയവരൊക്കെ ജീവിച്ച പവിത്രഭൂഭാഗങ്ങൾ പ്രാണൻ കളഞ്ഞും സംരക്ഷിക്കണം.- ഒരു മഹത്തായ സംസ്കാരത്തെ അങ്ങനെയല്ലാതെ സംരക്ഷിക്കാനാവില്ല'. സംഗീതക്കനവുകൾ ഒരു യാത്രാവിവരണഗ്രന്ഥം മാത്രമായി ചുരുങ്ങിപ്പോവാത്തതിന്റെ കാരണം മേൽസൂചിപ്പിക്കപ്പെട്ട അനേകം തെളിവുകളിൽനിന്നും മനസ്സിലാക്കാം.

അമൈതിജ്ഞാനി

ഇളയരാജയെ 'ഇശൈജ്ഞാനി' എന്ന് ആദ്യമായി വിളിച്ചത് കലൈഞ്ജർ കരുണാനിധിയാണ്. ഈണങ്ങളുടെ മഹാജ്ഞാനി എന്ന അർത്ഥത്തിൽ പഴഞ്ചൊല്ലുപോലെ ആസ്വാദകർ അതേറ്റെടുത്തു. എന്നാൽ ഈ വിശേഷണം ആ പ്രതിഭയെ ശരിയായി മലസ്സിലാക്കാൻ പര്യാപ്തമല്ല. ഭക്തകവി എന്ന വിശേഷണം പി. കുഞ്ഞിരാമൻനായരെയോ ശക്തിയുടെ കവി എന്ന വിശേഷണം ഇടശ്ശേരിയേയോ മനസ്സിലാക്കാൻ പര്യാപ്തമാവാറില്ലല്ലോ. യഥാർത്ഥത്തിൽ ഇളയരാജയുടെ ജ്ഞാനം ഈണത്തിലല്ലായിരുന്നു, മറിച്ച് മൗനത്തിലായിരുന്നു.

മൗനം തേടുന്ന ഈണങ്ങളെയായിരുന്നു ഇളയരാജ അന്വേഷിച്ചത്. ഭാരതീയ താളപദ്ധതിയിൽ സശബ്ദക്രിയകളും നിശബ്ദക്രിയകളുമുണ്ട്. രണ്ട് സശബ്ദക്രിയകൾക്കിടയിൽ ഒരു നിശബ്ദക്രിയ വരുന്നു. ശബ്ദങ്ങൾക്കിടയിലെ നിശബ്ദത ആകർഷകമാണ്. മൗനം ഈണങ്ങളേക്കാൾ ആസ്വാദ്യകരമാവുന്നത് ഇത്തരം സന്ദർഭങ്ങളിലാണ്. മൗനത്തിന്റെ ഈ മാധുര്യമാണ് ഇളയരാജ ശ്രദ്ധിച്ചതത്രയും. ഏഷ്യാവൻകരയിലെ ആദ്യത്തെ സിംഫണിയായ ഇളയരാജയുടെ 'തിരുവാസക'ത്തിൽ മൗനത്തിന്റെ മാന്ത്രികസ്പർശമുണ്ട്. മൗനത്തിന്റെ ആഴത്തിൽ നിന്നുകൊണ്ട് ഇളയരാജ തീർത്ത ഈണങ്ങളെക്കുറിച്ചോർക്കുമ്പോൾ ആയിരക്കണക്കിന് പാട്ടുകൾ ആസ്വാദകന്റെ മനസ്സിലേക്ക് അലയടിച്ചുവരും. 'കേളടി കണ്മണി' എന്ന ചിത്രത്തിൽ വരദരാജനെഴുതി എസ്. പി. ബാലസുബ്രഹ്മണ്യം പാടിയ 'മന്നിൽ ഇന്ത കാതൽ' എന്ന പാട്ട് നാം കേൾക്കുന്നു. അതിൽ 'മുത്തുമണി രത്തിനങ്കളും' എന്നു തുടങ്ങുന്ന ദീർഘമായ ചരണത്തിനുശേഷം പല്ലവിയിലെത്തുന്നതിനുമുമ്പ് ഒരു മൗനമുണ്ട്. ചരണത്തിനും പല്ലവിക്കുമിടയിലുള്ള ആ മൗനം രണ്ടാം ചരണത്തിലും ആവർത്തിക്കുന്നു. ഈ മൗനം ഗാനത്തിലെ മുഴുവൻ സശബ്ദക്രിയകളേക്കാൾ എത്രയോ മധുരമാണ്. 'മുതൽ മര്യാദൈ' എന്ന ചിത്രത്തിൽ വൈരമുത്തു വിന് ദേശീയ അവാർഡ് ലഭിച്ച 'പൂങ്കാറ്റ് തിരുമ്പുമാ...' എന്ന ഗാനത്തിന്റെ ഒടുവിലത്തെ പല്ലവിക്കുമുമ്പ് ഒരു ദീർഘമായ മൗനമുണ്ട്. വൈരമുത്തുവിന്റെ ഭാവനയ്ക്കും മലേഷ്യാ വാസുദേവന്റെ കരുണാർദ്രമായ ശബ്ദത്തിനും അപ്പുറം രസികരുടെ മനസ്സിൽ ആ മൗനം മുഴങ്ങിനിൽക്കും. 'ചിന്നക്കൗണ്ടർ' എന്ന സിനിമയിലെ 'മുത്തുമണിമാല എന്നെ തൊട്ട് തൊട്ട് താലാട്ട്' എന്ന പാട്ട് കേട്ടു കഴിയുമ്പോൾ ഉദയകുമാറിന്റെ വരികളോ എസ്. പി. ബി. യുടെ മാന്ത്രികസ്വരമോ മറന്നാലും പല്ലവിയിലുള്ള ആ വശ്യമായ മൗനം നമുക്ക് മറക്കാൻ കഴിയില്ല. 'പൊൻമാനെ കോപം എനോ....', 'മന്റ്രം വന്ത തെന്നലുക്ക്...', 'കാറ്റിൽ ഇന്റും ഗീതം', 'തകിടതധിമി തകിടതധിമി തന്താന...', 'നാനൊരു സിന്ത് കാവടി സിന്ത്...', 'ചിന്നമണിക്കുയിലേ..', 'പ്രേമയെന്റമധുരം...', 'കൊഞ്ചി കരയല്ലേ...', 'പൊന്നാവണിപ്പാടം തേടി...' തുടങ്ങി എത്രയോ ഗാനങ്ങളിൽ മൗനത്തിന്റെ മധുരം നമ്മൾ നുകർന്നു.

ഭൂകമ്പത്തിനും കൊടുങ്കാറ്റിനും മുമ്പുള്ള നിശ്ശബ്ദതയ്ക്ക് ഭയജന്യമായ ആകർഷകത്വമുണ്ട്. മൗനത്തിന്റെ ഉപാസകനായ ഒരു സംഗീതജ്ഞനെ സംബന്ധിച്ച് ഈ സൗന്ദര്യത്തെ ഉൾക്കൊള്ളാതിരിക്കാൻ കഴിയില്ല. ഒരേസമയം ഭീകരവും മധുരവുമായ വിരുദ്ധാന്തരീക്ഷത്തെ

സമന്വയിപ്പിക്കേണ്ടിവരുമ്പോളെല്ലാം ഇളയരാജ ഉപയോഗിച്ചത് മൗനത്തിന്റെ ഈ സവിശേഷമായ സൗന്ദര്യമാണ്. കവിയരശ്ശ് വാലി എഴുതി എസ്. പി. ബി. ആലപിച്ച 'ദളപതി'യിലെ 'സുന്ദരി കണ്ണാലൊരു സേതി...', എസ്. രമേശൻ നായരുടെ ഭാവനയ്ക്ക് യേശുദാസ് സ്വരം നൽകിയ 'ഗുരു'വിലെ 'ദേവസംഗീതം നീയല്ലേ...', 'അരുണകിരണ മണിയും പാപം...', ഒ. എൻ. വി. എഴുതി യേശുദാസ് പാടിയ 'പഴശ്ശി രാജ'യിലെ 'ആദിയുഷസ്സന്ധ്യ പൂത്തതിവിടെ...' തുടങ്ങിയ ഗാനങ്ങൾ ശ്രദ്ധിക്കുക. ഈ പാട്ടുകളിലുപയോഗിച്ച സംഗീതോപകരണങ്ങളുടെ സമാനത പെട്ടന്നുതന്നെ മനസ്സിലാക്കാം. കൊടുങ്കാറ്റിന്റെ ആരവവും പ്രണയത്തിന്റെ മർമരവും ഇളയരാജ വിദഗ്ധമായാണ് ഇവിടെ സമന്വയിപ്പിച്ചിരിക്കുന്നത്.

ശബ്ദങ്ങളുടെ വിദഗ്ധമായ സമ്മേളനങ്ങളിൽനിന്നാണ് സംഗീതമുണ്ടാവുന്നത്. എന്നാൽ ശബ്ദങ്ങളോടൊപ്പം നിശ്ശബ്ദതയും ഇവിടെ പ്രധാനഘടകമാവുന്നു. ഇളയരാജ ശബ്ദങ്ങൾക്കുപരിയായി മൗനത്തെ ഉപാസിച്ചു. ഭാരതത്തിലെ മറ്റ് സംഗീതസമവിധായകരിൽനിന്നും ഇളയരാജ ഉയർന്നുനിൽക്കുന്നതിന്റെ ഒരു പ്രധാനകാരണം ഇതാണെന്നുതോന്നുന്നു. അതിനാൽ ഇളയരാജയെ 'ഇശൈജ്ഞാനി' എന്നല്ല വിളിക്കേണ്ടത്, മറിച്ച് 'അമൈതിജ്ഞാനി' എന്നാണ്. അമൈതി എന്നാൽ തമിഴിൽ മൗനം എന്നർത്ഥം.

(ദേശീയതയുടെ അടയാളങ്ങൾ ഡോ. പി. ശിവപ്രസാദ് ജി.വി. ബുക്സ് കതിരൂർ 2021, പേജ് 79-88)

അവലംബഗ്രന്ഥങ്ങൾ:

1. ഗോപാലകൃഷ്ണൻ നടുവട്ടം. ഡോ.(1998) ആത്മകഥാസാഹിത്യം മലയാളത്തിൽ, കേരള ഭാഷാ ഇൻസ്റ്റിറ്റ്യൂട്ട്, തിരുവനന്തപുരം.
2. ഇളയരാജ(വിവ. എസ്. രമേശൻനായർ), 2011, സംഗീതക്കനവുകൾ, ഡി. സി. ബുക്സ്, കോട്ടയം.

അനുബന്ധം 4

എം.പി.ബാലറാമിന്, സ്നേഹപൂർവ്വം

ഡോ. പി.ശിവപ്രസാദ്

മലയാളത്തിലെ വളരെ സീനിയറായ ഒരു സാഹിത്യവിമർശകൻ വിമർശനസാഹിത്യത്തിൽ തുടക്കക്കാരനായ ഒരാളുടെ നില പാടുകൾ അങ്ങേയറ്റം സൂക്ഷ്മമായി പരിശോധിച്ചതിനുശേഷം വളരെ ശാന്തമായി എന്നാൽ നിശിതമായ ഭാഷയിൽ പ്രതികരിച്ച സന്ദർഭം നമ്മുടെ സാഹിത്യചരിത്രത്തിൽ മുമ്പുണ്ടായിട്ടുണ്ടോ എന്ന് നിശ്ചയമില്ല. കഴിഞ്ഞ അരനൂറ്റാണ്ടുകാലമായി വ്യക്തമായ പ്രത്യയശാസ്ത്രബോധ്യങ്ങ ളിൽ നിന്നുകൊണ്ട് സാഹിത്യ വിമർശനത്തിലേർപ്പെട്ടുകൊണ്ടിരിക്കുന്ന എം.പി. ബാലറാം, എന്റെ മൂന്ന് സാഹിത്യവിമർശന പുസ്തകങ്ങളെക്കു റിച്ച് നടത്തിയ നിരീക്ഷണങ്ങളും അവയ്ക്ക് ഞാൻ നൽകിയ മറുപടിയും ബഹുമാനപ്പെട്ട സാഹിത്യവിമർശം പത്രാധിപർ ശ്രീ. സി.കെ.ആനന്ദൻ പിള്ള സംവാദരൂപത്തിൽ പ്രസിദ്ധീകരിക്കാൻ തയ്യാറായിരിക്കുന്നു. സാഹിത്യരംഗത്ത് അപൂർവ്വമായി മാത്രം കാണുന്ന ആരോഗ്യകരമായ സംവാദങ്ങൾക്ക് സാഹിത്യവിമർശം ഇടം നൽകുന്നു എന്നത് സന്തോ ഷമുള്ള കാര്യമാണ്.

പ്രത്യയശാസ്ത്രപരമായി എം.പി.ബാലറാമിന്റെ വിരുദ്ധധ്രുവത്തി ലാണ് ഞാൻ നില്ക്കുന്നത്. എന്നാൽ ആശയ സംവാദത്തിന് ഇത് തടസ്സ മാവുന്നില്ല. കാരണം ആത്യന്തികമായി എല്ലാ സാഹിത്യസംവാദങ്ങളും

നന്മയെ ലക്ഷ്യമാക്കിയാണല്ലോ നിലകൊള്ളുന്നത്. അതിനാൽ എം.പി. ബാലറാമിന്റെ നിരീക്ഷണങ്ങളെ സമചിത്തതയോടെ നരിടാൻ ശ്രമിക്കുകയാണ്. എന്റെ രാഷ്ട്രീയ നിലപാടുകളിൽ വിയോജിപ്പുണ്ട് എന്ന് സൂചിപ്പിച്ചുകൊണ്ടാണ് എം.പി.ബാലറാം തന്റെ പ്രതികരണം ആരംഭിക്കുന്നത്. രാഷ്ട്രീയം എന്ന വാക്കുകൊണ്ട് എം.പി.ബാലറാം ഉദ്ദേശിച്ചത് പ്രത്യയശാസ്ത്രമെന്ന വിശാലമായ അർത്ഥത്തിലാണെന്ന് ഞാൻ കരുതുന്നു. അല്ലാതെ ഞാൻ ഏതെങ്കിലും ഒരു കക്ഷിരാഷ്ട്രീയത്തിന്റെ അനുഭാവിയാണെന്ന അർത്ഥത്തിലാവാൻ വഴിയില്ല. കാരണം എന്റെ ഏതെങ്കിലും ലേഖനത്തിൽ ഏതെങ്കിലും കക്ഷിരാഷ്ട്രീയത്തെ പിന്തുണയ്ക്കുകയോ ആക്ഷേപിക്കുകയോ ചെയ്യുന്ന സന്ദർഭം ഉണ്ടായിട്ടില്ല. അതിനാൽ പ്രത്യയശാസ്ത്രപരമായി നമ്മൾ തമ്മിലുള്ള സംവാദത്തിൽ കക്ഷിരാഷ്ട്രീയം ഒരു തരത്തിലും കടന്നുവരുന്നില്ല എന്ന് പ്രത്യേകം പറയട്ടെ. ഭാരതത്തിന്റെ ദേശീയതയുമായി ബന്ധപ്പെട്ട ആശയധാരയോട് എനിക്ക് ആദരവുണ്ട്. അതിൽ അഭിമാനവുമുണ്ട്. എം.പി.ബാലറാമിന്റെ പ്രത്യയശാസ്ത്രമാവട്ടെ മാർക്സിസവുമായി ബന്ധപ്പെട്ടതാണ്. ഈ രണ്ടു പ്രത്യയശാസ്ത്രങ്ങൾ തമ്മിലുള്ള സംവാദം മുമ്പും നടന്നിട്ടുണ്ട്. പുതിയ കാലത്തിന്റെ പ്രത്യേക സാംസ്കാരിക പരിസരത്തിൽ സംവാദം നടക്കുമ്പോൾ കൂടുതൽ വിഷയങ്ങൾ കടന്നു വരുന്നു എന്നുമാത്രം.

എന്റെ ഒടുവിലത്തെ പുസ്തകത്തിലെ അസാനത്തെ പഠനത്തിൽ നിന്നാണ് എം.പി.ബാലറാം ആരംഭിക്കുന്നത്. ഭാരതീയ ചലചിത്രസംഗീതത്തിലെ വിസ്മയമായ ഇളയരാജയുടെ 'സംഗീതക്കനവുകളെ'ന്ന പുസ്തകത്തെക്കുറിച്ച് ഞാൻ നടത്തിയ പഠനത്തിൽ മൗനമാണ് ഇളയരാജ ഏറ്റവും സമർത്ഥമായി ഉപയോഗിച്ചത് എന്ന് നിരീക്ഷിക്കുന്നുണ്ട്. ശബ്ദവും മൗനവും ഉചിതമായി ഉപയോഗിക്കുമ്പോളാണ് മികച്ച സംഗീതമുണ്ടാവുന്നത് എന്റെ നിരീക്ഷണം എം.പി.ബാലറാം കൗതുകത്തോടെയാണ് നോക്കിക്കാണുന്നത്. എം.പി.ബാലറാമിന്റെ ഈ കൗതുകത്തിന് കാരണം,അദ്ദേഹത്തിന്റെ സാഹിത്യപഠനങ്ങളിൽ തുടക്കം മുതൽക്കേ വാക്കുകളും മൗനങ്ങളും തമ്മിലുള്ള ബന്ധം ആവർത്തിച്ചു വന്നിരുന്നത് കൊണ്ടായിരിക്കാം. 'വാക്കുകൾ തന്നെയാണ് പ്രശ്നം', 'വാക്കുകൾ നിശ്ശബ്ദതകൾ', 'നിശ്ശബ്ദതയുടെ നിലവിളികൾ' തുടങ്ങിയ തന്റെ ശീർഷകങ്ങളിൽതന്നെ അദ്ദേഹം നിരന്തരമായി മൊഴിയും മൗനവും പിന്തുടരുന്നുണ്ടെന്ന് വ്യക്തം. എന്നാൽ അവിടെയും എം.പി.ബാലറാം അദ്ദേഹത്തിന്റെ പതിവ് പ്രത്യയശാസ്ത്രബോധ്യങ്ങൾകൊണ്ട് എന്റെ പ്രത്യയശാസ്ത്രബോധ്യങ്ങളെ അളക്കാൻ

ഉപയോഗിക്കുന്നു. ടി.എം.കൃഷ്ണയുടെ 'നിശ്ശബ്ദത എനിക്ക് സ്വീകാര്യമോ' എന്ന അദ്ദേഹത്തിന്റെ ചോദ്യത്തിന് സംഗീതവുമായോ അതിന്റെ കലാപരമായ പ്രത്യേകതകളുമായോ ബന്ധപ്പെടുത്തി മറുപടി പറയാനാവില്ല. ടി.എം. കൃഷ്ണയുടെ പാട്ടും അദ്ദേഹത്തിന്റെ സാമൂഹ്യ പ്രതികരണങ്ങളും രണ്ടായി കാണണമെന്ന് ഞാൻ കരുതുന്നു. കാരണം എല്ലാ കലയും സമൂഹത്തിന്റെ ഉല്പന്നമാണെന്ന് ഞാൻ കരുതുന്നില്ല. കല ആത്യന്തികമായി കലാകാരന്റെ വൈയ്ക്തികാനുഭൂതിയിൽ നിന്നാണുണ്ടാവുന്നത്. കലാകാരന്റെ വ്യക്ത്യനുഭവത്തെക്കുറിച്ച് ഏറ്റവും സാർത്ഥകമായ അന്വേഷണം നടന്നത് ആധുനികതയുടെ കാലത്താണ്. അതുകൊണ്ടുതന്നെ നിശ്ശബ്ദത ആധുനിക നിരൂപകരുടെ പ്രധാന വിഷയമായിരുന്നു. 'മൗനം തേടുന്ന വാക്ക്' എന്ന ഡോ.വി.രാജകൃഷ്ണന്റെ പുസ്തകം എന്റെ മൗനാന്വേഷണങ്ങളുടെ അടിസ്ഥാനമായിരുന്നു. വാക്കുകൾക്ക് രാഷ്ട്രീയാടിത്തറയുണ്ടെങ്കിൽ മൗനത്തിനും അതുണ്ടാവും എന്ന എം.പി.ബാലറാമിന്റെ നിരീക്ഷണം ഞാൻ അംഗീകരിക്കുന്നു. എന്നാൽ അതുവെച്ച് കലാസൃഷ്ടിയേയും കലാകാരന്റെ ബാഹ്യപ്രതികരണങ്ങളെയും ബന്ധിപ്പിച്ച് ചിന്തിക്കാൻ എനിക്കു ലഭിച്ച സൗന്ദര്യശിക്ഷണം എന്നെ അനുവദിക്കുന്നില്ല.

'കവിതയുടെ രാഷ്ട്രതന്ത്രം' എന്ന പുസ്തകത്തിലെ കവിത്രയത്തെക്കുറിച്ചുള്ള എന്റെ പഠനത്തെയാണ് എം.പി.ബാലറാം കൂടുതൽ പ്രാധാന്യത്തോടെ വിമർശനവിധേയമാക്കുന്നത്. കുമാരനാശാന്റെ ദുരവസ്ഥയെ ഇന്നത്തെ കാലത്തുനിന്നുകൊണ്ട് ഞാൻ വായിച്ചത് തെറ്റായ വഴിയിലൂടെയാണെന്ന് അദ്ദേഹം കരുതുന്നു. 1921 ലെ മാപ്പിള ലഹള ആസൂത്രിതമായി നടത്തപ്പെട്ട ഏകപക്ഷീയ കലാപമായിട്ടാണ് കുമാരനാശാൻ കണ്ടത് എന്ന് ഞാൻ പറഞ്ഞിട്ടുണ്ട്. എന്നാൽ എന്റെ ഈ അഭിപ്രായം ഊഹങ്ങളുടെ വെളിച്ചത്തിലാണെന്ന് എം.പി. ബാലറാം ആരോപിക്കുന്നു. എന്റെ പഠനത്തിൽ വേണ്ടത്ര തെളിവുകൾ നല്കാത്തുകൊണ്ടാവാം എം.പി.ബാലറാമിനെ ഇങ്ങനെ ചിന്തിപ്പിച്ചത്. മാപ്പിളക്കലാപത്തെക്കുറിച്ച് ആശാന് വ്യക്തമായ ധാരണയുണ്ടായിരുന്നുവെന്ന് അദ്ദേഹത്തിന്റെ ജീവചരിത്രം വായിക്കുന്ന ആർക്കും വ്യക്തമാവും. മാപ്പിളകലാപത്തിനു മുമ്പുതന്നെ മലബാറിലെ പ്രശ്ങ്ങളെക്കുറിച്ച് ആശാന് വ്യക്തമായ ബോധ്യമുണ്ടായിരുന്നു. 1915 ൽ ആശാൻ 'വിവേകോദയ'ത്തിൽ എഴുതിയ മുഖപ്രസംഗത്തിൽ എഴുതിയത് വായിക്കുക- 'നമ്മുടെ മഹാരാജ്യത്തിന്റെ അതിർത്തികളിലും, ബംഗാൾ മുതലായ പ്രദേശങ്ങളിലും രാജ്യദ്രോഹികൾ വീണ്ടും തലപൊക്കിയിരിക്കുന്നു. കുറേക്കൂടി അടുത്തു നോക്കുമ്പോൾ മലബാറിൽ മാപ്പിളമാർ

വീണ്ടും ലഹളയുള്ള ഭാവിക്കുന്നതായി കാണുന്നു'. (വിവേകോദയം, പുറം-12, ഒക്റ്റോബർ 1915, ലക്കം-7) ഇതേ വർഷം തന്നെയാണ് വള്ളത്തോൾ 'ഒരു നായർ സ്ത്രീയും മുഹമ്മദീയനും' എഴുതുന്നത്. ഈ കവിതയിൽ മലബാറിലുണ്ടായിരുന്ന സാമൂഹിക പശ്ചാത്തലം വ്യക്തമാണ്. ഇതുമാത്രമല്ല, ദുരവസ്ഥയ്ക്കെതിരെയുണ്ടായ വ്യാപകമായ പ്രതിഷേധത്തെ ആശാൻ നേരിട്ടത് എങ്ങനെയായിരുന്നുവെന്ന് പരിശോധിച്ചാലും നമുക്ക് പ്രസ്തുത വിഷയത്തിൽ ആശാന്റെ ഉറച്ച ബോധ്യം മനസ്സിലാക്കാം. തോന്നക്കൽ ആശാൻ സ്മാരകത്തിൽ ആശാന്റെ കത്തുകൾ ഇപ്പോഴുമുണ്ട്. പ്രതിഷേധം രേഖാമൂലം ലഭിച്ചപ്പോൾ അതിന് ആശാൻ എഴുതിയ മറുപടിയും നമ്മുടെ മുന്നിലുണ്ട്. ഇതിൽ നിന്നെല്ലാം മനസ്സിലാവുന്നത് മാപ്പിളക്കലാപത്തെക്കുറിച്ച് ആശാന് വ്യക്തമായ ധാരണയുണ്ടായിരുന്നു എന്നാണ്. ആശാൻ തന്റെ നിലപാടിൽനിന്ന് ഒട്ടും മാറിയിട്ടില്ല. ആശാൻ പുതിയ പതിപ്പിൽ വിവാദപരാമർശങ്ങൾ മാറ്റാമെന്ന് വാക്കുതന്നു എന്ന് ചിലർ പ്രചരിപ്പിക്കുന്നുണ്ട്. എന്നാൽ അതിന് യാതൊരു തെളിവുമില്ല. അതേസമയം ആശാന്റെ കവിതയും കത്തുകളും നമുക്ക് തെളിവായുണ്ട്.

വിചിത്രമായ ഒരുകാര്യം ഇതൊക്കെ നമ്മുടെ മുന്നിലുള്ളപ്പോൾ മാപ്പിള ലഹളയെക്കുറിച്ച് ആശാന് വേണ്ടത്ര ധാരണയില്ലായിരുന്നു എന്ന് എം.പി. ബാലറാം വിശ്വസിക്കുന്നുണ്ട് എന്നതാണ്. അതായത് ഒരു തെളിവുമില്ലെങ്കിലും വിവാദ ഭാഗങ്ങൾ പിൻവലിക്കാമെന്ന് ആശാൻ വാക്കുകൊടുത്തു എന്നകാര്യം ഡോ.ബാലറാം കണ്ണടച്ച് വിശ്വസിക്കുന്നു. എന്നാൽ വ്യക്തമായ തെളിവുകളുടെ അടിസ്ഥാനത്തിൽ ഞാൻ പറഞ്ഞ കാര്യങ്ങൾ അദ്ദേഹത്തിന് ഊഹങ്ങൾ മാത്രമാണ്! ഇത് എം.പി.ബാലറാമിന്റെ മാത്രം മനോഭാവമായി ഞാൻ കാണുന്നില്ല. കേരളത്തിന്റെ പൊതുബോധത്തിന്റെ പ്രശ്നമായാണ് ഞാൻ കാണുന്നത്. കുറേക്കാലമായി നമ്മുടെ പൊതുബോധത്തെ നിയന്ത്രിക്കുന്നത് വോട്ട്ബാങ്ക് രാഷ്ട്രീയക്കാരാണ്. അല്ലാതെ, സാംസ്കാരിക പ്രവർത്തകരോ എഴുത്തുകാരോ ബുദ്ധിജീവികളോ ഒന്നുമല്ല. വോട്ട്ബാങ്ക് രാഷ്ട്രീയക്കാർ മതന്യൂനപക്ഷങ്ങളെ പ്രീണിപ്പിക്കാൻ ചെയ്യുന്ന എല്ലാ പ്രവർത്തനങ്ങളും നമ്മുടെ ബുദ്ധിജീവികളും എഴുത്തുകാരും അവരവരുടെ മണ്ഡലങ്ങളിൽ ചെയ്യുന്നു. അതുകൊണ്ടാണ് എം.ടി. അൻസാരി എന്ന മതമൗലികവാദി 'ഹിഗ്വിറ്റ' എന്ന കഥയിൽ വർഗ്ഗീയതയുണ്ടെന്ന് ആരോപണം ഉന്നയിച്ചപ്പോൾ അതിൽ എന്തെങ്കിലും വാസ്തവമുണ്ടോ എന്ന് പോലും നോക്കാതെ എൻ.എസ്. മാധവൻ താൻ മതേതരവാദിയാണെന്ന് പൊതുജനസമക്ഷം സർട്ടിഫിക്കറ്റ് കൊടുത്തത്.

തപസ്യയുടെ അവാർഡ് വാങ്ങിയതിന്റെ പേരിൽ സുഭാഷ്ചന്ദ്രനെ സക്കറിയ വർഗ്ഗീയവാദിയെന്ന് വിളിച്ചപ്പോൾ സുഭാഷ്ചന്ദ്രനും ഉടനടി താൻ മതേതരവാദിയാണെന്ന് തെളിയിച്ചു. അതേസമയം സക്കറിയ ജമാ അത്തെ ഇസ്ലാമിയുടെ അവാർഡ് വാങ്ങിയപ്പോൾ അദ്ദേഹത്തെ ആരും വർഗ്ഗീയവാദിയെന്ന് വിളിച്ചില്ല. 'ബിരിയാണി' എന്ന കഥയിൽ ന്യൂനപക്ഷവിരുദ്ധതയുണ്ടെന്ന് സോഷ്യൽ മീഡിയയിൽ ഊരും പേരുമില്ലാത്ത കമന്റ് വന്നപ്പോൾ അതിൽ വാസ്തവമുണ്ടോ എന്നുപോലും പരിശോധിക്കാൻ നിൽക്കാതെ സന്തോഷ് ഏച്ചിക്കാനത്തിന് താൻ മതേതരവാദിയാണെന്ന് പ്രഖ്യാപിക്കേണ്ടിവന്നു. ഇതിൽനിന്നെല്ലാം നമുക്ക് മനസ്സിലാവുന്നത് കേരളത്തിന്റെ മനസ്സാക്ഷി എന്നൊക്കെ ചിലർ അഭിമാനത്തോടെ പൊക്കിപ്പിടിക്കുന്ന പൊതുബോധം സങ്കുചിതമായ പ്രീണനരാഷ്ട്രീയത്തിന്റെ ഭാഗമാണെന്നാണ്. അതുകൊണ്ടാണ് ഒരു മതവിഭാഗത്തിൽ പെട്ട എഴുത്തുകാർക്കുമാത്രം തങ്ങളുടെ മതേതരസ്വത്വം ഇടയ്ക്കിടയ്ക്ക് വെളിപ്പെടുത്തേണ്ടിവരുന്നത്. വോട്ട്ബാങ്ക് രാഷ്ട്രീയക്കാർ ന്യൂനപക്ഷപ്രീണനത്തിന്റെ ഭാഗമായി സൃഷ്ടിച്ച പൊതുബോധത്തിന്റെ തിക്തഫലമാണിത്. കുമാരനാശാന്റെ കാലത്ത് ഇങ്ങനെയൊരു പൊതുബോധമില്ലാത്തതിനാൽ ആശാന് ആരുടെ മുന്നിലും മുട്ടിലിഴയേണ്ടിവന്നില്ല. ദുരവസ്ഥയെക്കുറിച്ചുള്ള എന്റെ പഠനത്തെ ഈ വിധത്തിൽ വിമർശിക്കുമ്പോൾ എം.പി.ബാലറാമും വോട്ട്ബാങ്ക് രാഷ്ട്രീയക്കാർ നിർമ്മിച്ച പൊതുബോധത്തിൽതന്നെയാണ് നിൽക്കുന്നത് എന്നതാണ് ദുഖകരമായ സത്യം.

അതുമാത്രമല്ല, ദുരവസ്ഥയെ സമകാലികമായ സാമൂഹിക പശ്ചാത്തലത്തിൽ വിലയിരുത്തുന്നത് കലയ്ക്കോ സാഹിത്യത്തിനോ ഗുണകരമാവില്ല എന്ന എം.പി.ബാലറാമിന്റെ അഭിപ്രായം അദ്ദേഹം നാളിതുവരെ സ്വീകരിച്ച നിലപാടിൽനിന്നും നേർവിരുദ്ധമാണ്. അദ്ദേഹം പറയുന്നതിങ്ങനെയാണ്- 'ദുരവസ്ഥയുടെ രചനയിൽ ആശാൻ നേരിട്ട ജാതിയുടെയും മതത്തിന്റെയും പ്രശ്നങ്ങൾ ഇന്നത്തെ കാലത്ത് ആവർത്തിക്കപ്പെട്ടുമെന്ന് പ്രതീക്ഷിക്കുന്നത് വ്യാമോഹം മാത്രമാണ്. ഭൂതകാലത്തിലെ തനിപ്പകർപ്പുകളെ വർത്തമാനകാലത്തിലും കണ്ടെത്താൻ വേണ്ടിയുള്ള അന്വേഷണങ്ങൾ രാഷ്ട്രീയമേഖലയിൽ അധികാരമത്സരങ്ങളിലേർപ്പെടുന്നവർക്ക് ഗുണകരമായേക്കാം. കലയിലും സാഹിത്യത്തിലും അതൊട്ടും ഗുണകരമാവില്ലെന്ന് മാത്രമല്ല, നേരർവിപരീതമായ ദോഷഫലങ്ങൾക്ക് കാരണമാവുകയും ചെയ്യുന്നു'. വാസ്തവത്തിൽ എം.പി.ബാലറാം ഇങ്ങനെ പറയുമ്പോൾ അദ്ദേഹത്തിന്റെ നാളിതുവരെയുള്ള വിമർശനജീവിതം പരിചയിച്ച ഒരാൾക്ക്

തീർച്ചയായും വിസ്മയമുണ്ടാവും. വിശകലനം ചെയ്യുന്ന ഏത് കൃതിയേയും ചരിത്രത്തിന്റെ ഭാഗമായി സമീപിക്കാനാണ് അദ്ദേഹം എപ്പോഴും ശ്രമിച്ചിട്ടുള്ളത്. ഇന്ദുലേഖയെക്കുറിച്ചുള്ള എം.പി.ബാലറാമിന്റെ പ്രസിദ്ധമായ പുസ്തകം തന്നെയെടുക്കാം. ഇന്ദുലേഖയെ കേവലം കലാസൃഷ്ടി എന്ന നിലയിൽ സമീപിക്കുന്ന നിരൂപണരീതിയെ അദ്ദേഹം അവിടെ അപഹസിക്കുന്നുണ്ട്. അത്തരം നിരൂപണപദ്ധതിയ്ക്ക് ബദൽ എന്ന നിലയിലാണ് അദ്ദേഹം ഇന്ദുലേഖയിലെ ഭാഷണഘടകങ്ങൾ തൊട്ട് കഥാപാത്രങ്ങളുടെ വേഷങ്ങൾവരെ ചരിത്രപരമായി പരിശോധിക്കുന്നത്. ഇന്ദുലേഖയെ പത്തൊമ്പത്-ഇരുപത് നൂറ്റാണ്ടുകളിലെ മുതലാളിത്ത സംസ്കാരത്തിന്റെ ഉല്പന്നമായി കാണുന്ന എം.പി.ബാലറാം വർത്തമനകാലത്തും ആ സംസ്കാരം ആവർത്തിക്കുന്നതായി പലവഴിക്ക് സൂചിപ്പിക്കുന്നുണ്ട്. ഇതേ ബാലറാമാണ് സമാനമായ കാലത്തുണ്ടായ ദുരവസ്ഥയെ വർത്തമാന കലത്തുനിന്നുകൊണ്ട് വിലയിരുത്താൻ ശ്രമിക്കരുത് എന്ന് എനിക്ക് ഉപദേശം നൽകുന്നത്! അപ്പോൾ എന്റെ വിശകലനീതിയിലല്ല അദ്ദേഹത്തിന് പ്രശ്നം, മറിച്ച് ദുരവസ്ഥയെ അങ്ങനെ വായിച്ച് ചില മത-രാഷ്ട്രീയ കക്ഷികളെ ബുദ്ധിമുട്ടിക്കരുത് എന്നതാണെന്ന് വ്യക്തം.. എം.പി.ബലറാമിനെപ്പോലുള്ള ഇടതുചിന്തകർ എത്രകാലമായി ഈ വിഷയത്തിൽ സത്യത്തെ മൂടിവെക്കാൻ തുടങ്ങിയിട്ട്. സാക്ഷാൽ ഇ.എം.എസിന് പോലും വോട്ട്ബാങ്ക് രാഷ്ട്രീയത്തിന്റെ ഭാഗമായി തന്റെ ആദ്യകാല നിലപാടിൽ വെള്ളംചേർക്കേണ്ടിവന്നിട്ടുണ്ടല്ലോ. ഞാൻ ദുരവസ്ഥയെ വായിക്കുന്നത് വർത്തമാന സമൂഹത്തിൽ അസ്വസ്ഥതയുണ്ടാക്കാനല്ല, മറിച്ച് സമൂഹത്തിന് മുന്നറിയിപ്പ നൽകാനാണ്. ഇനിയുമൊരു ദുരവസ്ഥ കേരളത്തിൽ ഉണ്ടാകാതിരിക്കാനാണ്. ഭാവിയിൽ അങ്ങനെയൊന്നുണ്ടാവുകയാണെങ്കിൽ സത്യം വിളിച്ചുപറയാൻ ഒരു കുമാരനാശാനോ ഒരു മാധവൻനായരോ ഇന്ന് ജീവിച്ചിരിക്കുന്നില്ല എന്ന ഉത്തമബോധ്യമുള്ളതുകൊണ്ടാണ്. പശ്ചിമബംഗാളിൽ കഴിഞ്ഞ തെരെഞ്ഞെടുപ്പിനുശേഷം നടന്ന കലാപം കേരളത്തിലെ മാധ്യമങ്ങൾ റിപ്പോർട്ട് ചെയ്യുത് എങ്ങനെയാണെന്ന് നമ്മുടെ മുന്നിലുണ്ടല്ലോ.

ദുരവസ്ഥയിൽ മതത്തേക്കാൾ കൂടുതൽ ജാതിയെയാണ് ആശാൻ വിമർശിക്കുന്നത് എന്ന എം.പി.ബാലറാമിന്റെ നിരീക്ഷണം ശരിയാണ്. എന്നാൽ ജാതിക്കെതിരെയുള്ള ആശാന്റെ ശക്തമായ നിലപാടിനെ ഞാൻ ചെറുതായി കാണുന്നു എന്ന രീതിയിലുള്ള എം.പി.ബാലറാമിന്റ പ്രസ്താവന തെറ്റിദ്ധാരണകൊണ്ടാണെന്ന് പറയേണ്ടിയിരിക്കുന്നു. ഹിന്ദുമതത്തിലെ ജാതിവ്യവസ്ഥയ്ക്ക് കാരണം അത് നമ്പൂരിമതമായി

മാറിയതുകൊണ്ടാണെന്ന എന്റെ നിരീക്ഷണത്തെ ചൂണ്ടിക്കാട്ടിയാണ് അദ്ദേഹം ഇങ്ങനെയൊരാരോപണം ഉന്നയിച്ചത്. വാസ്തവത്തിൽ ഇത് എന്റെ മൗലികമായ നിരീക്ഷണമല്ല, ആശാൻതന്നെ വളരെ വ്യക്തമായി ദുരവസ്ഥയിൽ പറഞ്ഞുവെച്ചതാണ്. സനാതന ധർമ്മം നമ്പൂരിമതമായി അധപ്പതിച്ചതാണ് വാസ്തവത്തിൽ ജാതിവ്യവസ്ഥയ്ക്ക് കാരണം. അതുകൊണ്ടാണ് ആശാൻ 'പൂജ്യരാം വൈദികർ' എന്നും 'വൈദികമാനികർ' എന്നും രണ്ട് വിഭാഗത്തെ പേരെടുത്തു പറയുന്നത്. എന്നാൽ ദുരവസ്ഥാനിരൂപണം ചെയ്ത പണ്ഡിതരാരും ഇക്കാര്യം സൂചിപ്പിച്ചിട്ടേയില്ല. അവരിൽ മിക്കവരും ഈഴവർ സവർണ്ണരിൽനിന്നനുഭവിച്ച കൊടിയ പീഡനങ്ങളുടെ പശ്ചാത്തലത്തിൽ ആശാനെ മുൻവിധിയോടെ കാണുകയും അദ്ദേഹത്തെ ഹിന്ദുവിരുദ്ധനാക്കുകയും ചെയ്തു. മുണ്ടശ്ശേരിയും കൂട്ടരും ചെയ്തത് ഇതാണ്. വാസ്തവത്തിൽ ഹിന്ദുമതത്തോട് ആശാനുണ്ടായിരുന്ന ആത്മബന്ധം അദ്ദേഹത്തിന്റെ ആദ്യാവസാനംവരെയുള്ള ഏത് കവിതകളെടുത്തുനോക്കിയാലും കാണാം. ആശാനെഴുതിയ 'മതപരിവർത്തനരസവാദ'വും നമ്മുടെ മുന്നിലുണ്ട്. 'ഹാ! ശാന്തിയൗപനിഷദോക്തികൾ തന്നെ നൽകും' എന്ന് പറഞ്ഞ ആശാനെ അവർ കണ്ടിട്ടും കണ്ടതായി നടിച്ചില്ല. പകരം അവർ വിപ്ളവത്തിന്റെ ശുക്രനക്ഷത്രമെന്നും നവോത്ഥാനത്തിന്റെ കവിയെന്നുമൊക്കെയുള്ള പൊള്ളയായ വിശേഷണങ്ങൾ നൽകി ആശാനെ ഒരു കൊച്ചുവൃത്തത്തിലൊതുക്കി. നിർഭാഗ്യവശാൽ പില്ക്കാലത്ത് ഇവർ വരച്ച ഈ കൊച്ചുവൃത്തത്തിനകത്തുവെച്ചാണ് വായനക്കാർ ആശാനെ കണ്ടതും കേട്ടതും. കുമാരനാശാനെ പുനർവായിക്കേണ്ട സമയമായിരിക്കുന്നു.

മഹാകവി ഉള്ളൂരന്റെ 'ഇന്നത്തെ ലോകം' എന്ന കവിതയിൽ കമ്മ്യൂണിസത്തെയും ഫാസിസത്തെയും ഒരേ നാണയത്തിന്റെ ഇരുപുറമായിട്ടാണ് അവതരിപ്പിച്ചത്. അതും 1938 ൽ. ഈ കവിതയിലെ ദീർഘദർശിത്വത്തെക്കുറിച്ചുള്ള എന്റെ നിരീക്ഷണത്തോട് ബാലറാം ഭാഗികമായി യോജിക്കുന്നുണ്ട്. എന്നാൽ ഉള്ളൂർ എന്ന കവി താൻ ജീവിച്ച കാലത്തെ തിരുവിതാംകൂർ രാജഭരണത്തെ എന്തുകൊണ്ട് ഏകാധിപത്യത്തിന്റെ പേരിൽ വിമർശിച്ചില്ല എന്ന് അദ്ദേഹം ചോദിക്കുന്നു. എം.പി.ബാലറാമിന്റെ സംശയം പ്രസക്തമാണെന്ന് നമുക്ക് പെട്ടെന്ന് തോന്നാം. കാരണം ഉള്ളൂർ എന്ന വ്യക്തി ഭരണകൂടത്തിന്റെ ഭാഗമായിരുന്നു. രാജഭരണത്തിന്റെ ജനാധിപത്യവിരുദ്ധ സ്വഭാവത്തെ അദ്ദേഹം നേരിട്ട് വിമർശിച്ചിട്ടില്ല. എന്നാൽ കേരളീയ സമൂഹത്തിന്റെ നവോത്ഥാനപ്രവർത്തനങ്ങളിൽ ഒരു വ്യക്തി എന്ന നിലയിലും കവി

എന്ന നിലയിലും ഉള്ളൂർ വഹിച്ച പങ്ക് വിസ്മരിക്കാനാവുമോ? തന്റെ കവിതകളിൽ സാമൂഹിക പുരോഗതിക്കുവേണ്ടി അദ്ദേഹം ഏതെല്ലാം വിഷയങ്ങൾ സ്വീകരിച്ചിട്ടുണ്ട് എന്ന് നോക്കിയാൽ നമ്മൾ അത്ഭുതപ്പെടും. ജാതിവ്യവസ്ഥയ്ക്കെതിരെ അദ്ദേഹം എഴുതിയ കവിതകളുടെ സംഖ്യ എത്രയാണ്! ക്ഷേത്രപ്രവേശന വിളംബരത്തെ സ്വാഗതം ചെയ്തുകൊണ്ട് ഉള്ളൂർ എഴുതിയ കവിത പ്രസിദ്ധമാണല്ലോ. മാത്രമല്ല ശ്രീനാരായണ ഗുരു, കുമാരനാശാൻ, ഡോ.പല്പു തുടങ്ങിയ നവോത്ഥാന നായകരുമായി ഉള്ളൂർ അടുത്ത ബന്ധം പുലർത്തിയിരുന്നു. തിരുവിതാംകൂർ നിയമനിർമ്മാണ സഭയിൽ അധസ്ഥിതരുടെ അവകാശങ്ങൾക്കുവേണ്ടി ഉള്ളൂർ നടത്തിയ ഇടപെടലുകൾ ചരിത്രത്തിന്റെ ഭാഗമാണ്. ഇത്രയൊക്കെ പുരോഗമനസ്വഭാവം വ്യക്തിജീവിതത്തിലും കാവ്യജീവിതത്തിലും പ്രകടിപ്പിച്ചിട്ടും ഉള്ളൂർ യാഥാസ്ഥിതിക കവിയാണെന്ന് മുണ്ടശ്ശേരിയെപ്പോലുള്ളവർ വിധിയെഴുതി. അത് പുനപ്പരിശോധിക്കേണ്ടിയിരിക്കുന്നു

വള്ളത്തോളിന്റെ ദേശീയബോധത്തെക്കുറിച്ചുള്ള എന്റെ പഠനത്തെ വിമർശിക്കുന്ന സന്ദർഭത്തിലും ബാലറാം ഉള്ളൂരിന്റെ രാജാധികാരത്തോടുള്ള വിധേയത്വത്തെക്കുറിച്ച് സൂചിപ്പിക്കുന്നുണ്ട്. വാസ്തവത്തിൽ വള്ളത്തോളിന്റെ നിലപാട് മാറ്റവുമായി ഒരുതരത്തിലും ഉള്ളൂരിന്റെ നിലപാടുകളെ താരതമ്മ്യം ചെയ്യാനാവില്ല. ബാലറാം പറയുന്നത് നോക്കുക- 1959 ൽ എഴുപത്തിരണ്ടാം വയസ്സിൽ നിര്യാതനാവുന്ന കാലംവരെ തിരുവിതാംകൂർ രാജഭരണത്തിൻകീഴിൽ ഉന്നതോദ്യോഗപദവികൾ അലങ്കരിച്ച മഹാകവി ഉള്ളൂരിന്റെ ഏകാധിപത്യവിരുദ്ധതതയുടെയും ജനാധിപത്യാഭിമുഖ്യത്തിന്റെയും ആർജ്ജവത്തെ ഒരിക്കൽപോലും സംശയിക്കാൻ കൂട്ടാക്കാതിരുന്ന പി. ശിവപ്രസാദിന്റെ നിരൂപണം വള്ളത്തോൾ വിഷയത്തിൽ സമതുലിതാവസ്ഥ കൈവെടിയുന്നതിൽ അപാകതയുണ്ട്. എന്നാൽ ബാലറാമിന്റെ ഈ നിരീക്ഷണവും ഭാഗികമായേ ശരിയാവുന്നുള്ളൂ എന്ന് അദ്ദേഹത്തെ ഓർമ്മിപ്പിക്കട്ടെ. മഹാകവി ഉള്ളൂർ ഉന്നതോദ്യോഗ പദവികളിൽ എത്തിയത് കെ. സച്ചിദാനന്ദൻ കേന്ദ്രസാഹിത്യ അക്കാദമിയിൽ അധ്യക്ഷ പദവിയിലെത്തിയത് പോലെയായിരുന്നില്ലെന്ന എം.പി. ബാലറാമിനും നന്നായറിയാം. മാതൃഭാഷ തമിഴും അധ്യയനഭാഷ സംസ്കൃതവുമായിരുന്ന ഈ വലിയ മനുഷ്യൻ മലയാളഭാഷയ്ക്കു ചെയ്ത സേവനങ്ങൾ മറക്കാൻ പറ്റുമോ? സത്യത്തിൽ വള്ളത്തോളിനേക്കാൾ ദേശാഭിമാനബോധവും മലയാളഭാഷാബോധവും പുരോഗമനചിന്തയും ഉള്ളൂരിനുണ്ടായിരുന്നെന്ന് അദ്ദേഹത്തിന്റെ കവിതകൾ മുൻവിധികളില്ലാതെ വായിക്കുന്നവർക്ക് മനസ്സിലാക്കാം.

വള്ളത്തോളിന്റെ അവസാനകാലത്തെ കവിതകളിൽ അദ്ദേഹത്തിന്റെ ആദ്യകാലനിലപാടിൽ നിന്നുള്ള വ്യത്യാസം ആർക്കും കാണാൻ കഴിയും. ആ വ്യത്യാസം എം.പി.ബാലറാം കരുതുന്നതുപോലെ അത്ര ലളിതമായി കാണേണ്ടതല്ല. വള്ളത്തോളിന്റെ ദേശീയബോധത്തെക്കുറിച്ച് നിലവിലുള്ള ധാരണകളെ തകിടം മറിക്കുന്ന നിലപാടുകളാണ് അദ്ദേഹത്തിന്റെ സോവിയറ്റ് കവിതകളിൽ കാണുക. ആ കവിതകളിൽ ഭാരതത്തോട് വള്ളത്തോളിനുള്ള പുച്ഛം പ്രകടമായി കാണാം. സോവിയറ്റ് യൂനിയനും ചൈനയുമാണ് അവിടെ വള്ളത്തോളിന്റെ ആദർശ രാഷ്ട്രങ്ങൾ. ഏകാധിപത്യം കൊടികുത്തിവാഴുന്ന രണ്ട് കമ്മ്യൂണിസ്റ്റ് രാഷ്ട്രങ്ങളിൽ വിനോദയാത്ര നടത്തിയ അനുഭവംവെച്ച് സ്വന്തം രാഷ്ട്രത്തെയും ആ രാഷ്ട്രത്തിന്റെ സാംസ്കാരിക പൈതൃകത്തെയും ആ രാഷ്ട്രത്തിന് സ്വാതന്ത്ര്യം നേടിത്തന്ന ഗാന്ധിജിപ്പോലുള്ള മഹാരഥൻമാരെയും വള്ളത്തോൾ ഇകഴ്ത്തിക്കാണിച്ചത് എം.പി.ബാലറാമിന് നിസ്സാരമായി തോന്നാം. എന്നാൽ എനിക്ക് അങ്ങനെ സാധിക്കില്ല. ഇതാണ് നമ്മൾ തമ്മിലുള്ള പ്രധാന വ്യത്യാസം. ഒരു കാലത്ത് അങ്ങേയറ്റം ആത്മാർത്ഥമായി ദേശീയബോധം പ്രകടിപ്പിച്ചിരുന്ന വള്ളത്തോളിന് പില്ക്കാലത്തുണ്ടായ മാറ്റം അദ്ദേഹം കമ്മ്യൂണിസ്റ്റ് പാളയത്തിലെത്തിയതുകൊണ്ടാണെന്ന് ഞാൻ ആരോപിക്കുന്നു. അല്ലെങ്കിൽ വള്ളത്തോളിന്റെ ആദ്യകാല ദേശീയബോധം ആത്മാർത്ഥമായിരുന്നില്ലെന്ന് എം.പി. ബാലറാം സമ്മതിക്കണം. എന്നാൽ ആദ്യം പറഞ്ഞതാണ് ശരിയെന്ന് കാലം തെളിയിച്ചുകൊണ്ടേയിരിക്കുന്നു. കാരണം കമ്മ്യൂണിസ്റ്റ് പ്രത്യയശാസ്ത്രം അന്നും ഇന്നും ഭാരതത്തിന്റെ സാംസ്കാരിക ദേശീയതയെ അംഗീകരിക്കുന്നില്ല. പകരം ഏകാധിപതികൾ ഭരിക്കുന്ന ഉത്തരകൊറിയപോലുള്ള കമ്മ്യൂണിസ്റ്റ് രാഷ്ട്രങ്ങളെയാണ് ആ പ്രത്യയശാസ്ത്രം പിന്തുണയ്ക്കുന്നത്. കമ്മ്യൂണിസ്റ്റ് സൈദ്ധാന്തികരും നേതാക്കളും നാളിതുവരെ നടത്തിയ പ്രസ്താവനകളിൽ ജനാധിപത്യം പുലരുന്ന ഭാരതത്തോടുള്ള വിയോജിപ്പും ഏകാധിപത്യം പുലരുന്ന കമ്മ്യൂണിസ്റ്റ് രാജ്യങ്ങളോടുള്ള യോജിപ്പും പ്രകടമാണ്.

ആധുനിതയുടെ കാലത്തെ തുരുമ്പിച്ച ജീവചരിത്ര പഠനോപകരണങ്ങളുപയോഗിച്ചതുകൊണ്ടാണ് എനിക്ക് വള്ളത്തോളിനെ ഇങ്ങനെ വിലയിരുത്താൻ സാധിച്ചത് എന്ന് എം.പി.ബാലറാം ആരോപിക്കുന്നു. ജീവചരിത്രം ബാലറാം കരുതുന്നതുപോലെ ആധുനികതയുടെമാത്രം ആയുധമമായിരുന്നില്ല, അതിനുമുമ്പേ ഉപയോഗിക്കപ്പെട്ടതാണ്. സാഹിത്യപഞ്ചാനനന്റെ കാലത്തുതന്നെ ജീവചരിത്രനിരൂപണം സജീവമായിരുന്നു. ആ അർത്ഥത്തിൽ അത് പഴഞ്ചനുമാണ്. അതേസമയം

ഇതേ മാനദണ്ഡം എം.പി.ബാലറാമും പലഘട്ടങ്ങളിലും സമർത്ഥമായി ഉപയോഗിച്ചിട്ടുമുണ്ട്. എന്നാൽ സാഹിത്യ പഞ്ചാനനൻ ഉപയോഗിച്ച തുപോലെയല്ല ബാലറാം ഈ നിരൂപണരീതിയെ ഉപയോഗിച്ചത്. വള്ളത്തോളിനെക്കുറിച്ചുള്ള പഠനത്തിൽ ഞാൻ സ്വീകരിച്ച ജീവചരിത്ര പഠനരീതിയിലും പുതുമയുണ്ടെന്നാണ് എന്റെ വിശ്വാസം.

'ദേശീയതയുടെ അടയാളങ്ങൾ' എന്ന പുസ്തകത്തിലെ സത്യാന ന്തരകാലത്തെക്കുറിച്ചുള്ള എന്റെ പഠനത്തെ ബാലറാം പൂർണ്ണമായും തള്ളിക്കളയുന്നു. എന്റെ മറ്റ് പഠനങ്ങളുമായി ചേർത്തുപറയാനോ സംവ ദിക്കാനോ ഒരു സാധ്യതയും അദ്ദേഹം ഈ പഠനത്തിൽ കാണുന്നില്ല. അതിന്റെ പ്രധാനകാരണം ഞാൻ സത്യാനന്തരകാലമെന്ന സംജ്ഞ വിശദീകരിക്കാൻ ശ്രമിച്ചപ്പോൾ ഭാരതത്തിന്റെ പ്രധാനമന്ത്രിയെ ഉദാ ഹരിച്ചു എന്നത് മാത്രമാണ്. ഈ ലേഖനം ഞാൻ എഴുതുന്നത് നരേന്ദ്ര മോദി രണ്ടാമതും പ്രധാനമന്ത്രിയായി അധികാരത്തിൽ വന്നപ്പോഴാണ്. 2014ൽ ആദ്യമായി നരേന്ദ്രമോദി അധികാരത്തിൽ വരുന്നതിനു മുമ്പേ തന്നെ എതിരാളികൾ അദ്ദേഹത്തെക്കുറിച്ച് സൃഷ്ടിച്ച ഭീകരമായ ചിത്രം നമ്മുടെ മുന്നിലുണ്ട്. മോദിയെക്കുറിച്ച് അവർ സൃഷ്ടിച്ച ഭയാനകമായ മുൻ വിധിയിൽ പക്ഷേ, ഭാരതത്തിലെ ജനങ്ങൾ വിശ്വസിച്ചില്ല. അതുകൊണ്ട് മോദി അധികാരത്തിൽ വന്നു. മാത്രമല്ല മോദിയുടെ അഞ്ചുവർഷത്തെ ഭരണത്തിൽ, മുമ്പ് എതിരാളികൾ സൃഷ്ടിച്ചതുപോലുള്ള ഭീകരത യൊന്നും ജനങ്ങൾക്ക് അനുഭവപ്പെട്ടില്ല. മാത്രമല്ല അദ്ദേഹത്തിന്റെ ഭരണം മികച്ചതാണെന്നും അവർക്കു തോന്നി. അതുകൊണ്ടുതന്നെ ജനങ്ങൾ വീണ്ടും മോദിയെ വൻഭൂരിപക്ഷത്തോടെ അധികാരത്തി ലേറ്റി. അതേസമയം മോദി ഭരിച്ച അഞ്ചു വർഷത്തിനിടയിൽ മോദി ക്കെതിരെ എതിരാളികൾ മെനെഞ്ഞെടുത്ത നുണകളുടെ കൊട്ടാരം വലുതായിരുന്നു. അക്കാര്യം തെളിവുകളുടെ അടിസ്ഥാനത്തിൽ ഞാൻ രേഖപ്പെടുത്തുകയും ചെയ്തിട്ടുണ്ട്. ഇത് സത്യാനന്തരകാലത്തിന്റെ നല്ല ലക്ഷണമാണെന്ന് സമചിത്തതയോടെ ആലോചിക്കുന്ന ആർക്കും ബോധ്യമാവും. മാധ്യമങ്ങൾ ബോധപൂർവ്വം സൃഷ്ടിക്കുന്ന ഫെയ്ക്ക് കൾച്ചർ ഭാരതത്തിലുമുണ്ട്. അതു തുറന്നുപറയാൻ എനിക്ക് യാതൊരു മടിയുമില്ല. ഇതുപോലെ രാഹുൽ ഗാന്ധിയോ സീതാറാം യെച്ചൂരിയോ ഇത്തരം ഫെയ്ക്ക് കൾച്ചറിനിരയായിട്ടുണ്ടെങ്കിൽ അക്കാര്യം തുറന്നു പറയാനും എനിക്ക് മടിയില്ല. കാരണം ഞാൻ ഏതെങ്കിലും പാർട്ടി ഓഫീസിൽ തലച്ചോർ പണയം വെച്ചിട്ടല്ല ചിന്തിക്കുന്നത്. ഇതെഴുതിക്കൊണ്ടിരിക്കു മ്പോൾ ലോകത്തിലെ ജനപ്രീതിയുള്ള ഭരണാധികാരികളിൽ ഒന്നാം സ്ഥാനത്ത് ഭാരതത്തിന്റെ പ്രധാനമന്ത്രി നരേന്ദ്രമോദിയാണെന്ന

വാർത്ത വരുന്നുണ്ട്. നല്ലത് ആരു ചെയ്താലും അത് നല്ലതാണെന്ന് അംഗീകരിക്കാൻ കേരളത്തിലെ ചിന്തകർ എന്നാണ് തയ്യാറാവുക എന്ന് ഞാൻ പലപ്പോഴും ആലോചിക്കാറുണ്ട്. അതുപോലെ മറിച്ചും. എന്നാൽ ബാലറാമിനെപ്പോലുള്ള പാകതയുള്ള ചിന്തകർപോലും ഇപ്പോഴും ഫാസിസം എന്ന തുരുമ്പിച്ച പുരാവസ്തുവിൽ പിടിച്ച് സ്വയം കൈമുറിക്കുന്നതു കാണുമ്പോൾ വിഷമമുണ്ട്.

ഇതൊക്കെയാണെങ്കിലും എം.പി.ബാലറാം എന്റെ വിമർശനങ്ങളിലെ ആത്മാർത്ഥതയും നിഷ്കളങ്കതയും തിരിച്ചറിയുന്നു എന്നതിൽ വലിയ സന്തോഷമുണ്ട്. പൊതുവെ ഇടതു-വലതു ചേരിയിൽ നിൽക്കാതെ വസ്തുതകളുടെയും യാഥാർത്ഥ്യത്തിന്റെയും നേർപക്ഷത്ത് നിൽക്കുന്ന ചിന്തകരെ അവഗണിക്കുകയോ ഒറ്റപ്പെടുത്തുകയോ ചെയ്യുക എന്നത് കേരളീയ സംവാദരംഗത്തെ പതിവ് കാഴ്ചയാണ്. ആ പതിവ് തെറ്റിച്ച് എം.പി.ബാലറാം എന്റെ നിലപാടുകളെ അഭിസംബോധന ചെയ്യാൻ തയ്യാറായി എന്നത് ചെറിയ കാര്യമായി ഞാൻ കാണുന്നില്ല. എല്ലാ അമിതാധികാര പ്രവണതയേയും, അത് ഇടതായാലും വലതായാലും, ധീരമായി ചെറുക്കണമെന്ന് ഉറച്ചുവിശ്വസിക്കുന്ന ഒരു ചിന്തകനാണ് എം.പി.ബാലറാം. 'നിശ്ശബ്ദ നിലവിളികൾ' എന്ന അദ്ദേഹത്തിന്റെ ഒടുവിലത്തെ പുസ്തകത്തിൽ നമുക്കത് കാണാം. താൻ ഇതുവരെ വിശ്വസിച്ച രാഷ്ട്രീയ പ്രത്യയശാസ്ത്രം അതിന്റെ പ്രഖ്യാപിത ലക്ഷ്യങ്ങളിൽനിന്ന് അകന്നു പോവുന്നത് കാണുമ്പോഴുണ്ടാവുന്ന നിരാശ ആ പുസ്തകത്തിലുണ്ട്. ആരാണ് യഥാർത്ഥ ശത്രു എന്ന് അദ്ദേഹം അതിൽ സ്വയം ചോദിക്കുന്നുണ്ട്. അത് പ്രത്യയശാസ്ത്രപരമായി വിരുദ്ധധ്രുവത്തിൽ നിൽക്കുന്ന വ്യക്തിയല്ല എന്ന് അദ്ദേത്തിന് മനസ്സിലായിട്ടുണ്ടെന്ന് തോന്നുന്നു. അതുകൊണ്ടായിരിക്കാം ഇങ്ങനെയൊരു സംവാദത്തിന് അദ്ദേഹം തയ്യാറായത്. ശേഷിക്കുന്ന കാര്യം ഈ സംവാദം വായിക്കുന്നവർ തീരുമാനിക്കട്ടെ.

(സാഹിത്യ വിമർശം ത്രൈമാസികം, തൃശ്ശൂർ ജനുവരി -മാർച്ച് 2022)

അനുബന്ധം 5

The Contemporaneity of Pattannur's Poetry

M.P. Balaram

Where does 'contemporary Malayalam poetry' stand today? What does poetry criticism do here?

Whenever I happen to write about the poetry of Kunhappa Pattannur, I have to invariably confront these questions.

Anybody who is a keen observer of the contemporary Malayalam poetry scene has the right to pose these questions. Because it was not to cater to the comfort and happiness of a select few and to win for them fame, awards and honours that the art of poetry came into being. They might even think that it is their family property! Letters of the alphabet, words, expressions, idioms, rhythms, imaginations what more, even the quiescence between words and sentences have remained for centuries the common property of people's poetic imagination. All those who have lived in different times and in different nations have a common claim on it regardless of the human race they belong to. Both the present and the future generations have equal right in this common claim to the art of poetry as belonging to the people at large. The common cultural heritage of the people cannot be rescinded by copyright alone.

Readers who happen to read the poems of Kunhappa Pattannur, which he has been writing for half a century now, are also bound to face these questions. Just imagine! How many human beings must have worked hard in unison, dancing, singing, listening, writing and reading, to sustain such an art form as poetry which has been entertaining and enlightening people from generation to generation? Felicitations, despair, connections, quarrels, rebellions, martyrdom, struggles, philosophical outlooks... what not; there are a cornucopia persuasions and inspirations that have been contributing for its sustenance. In the words, silences, crises, conflicts, deep sorrows, and love of the poems of Kunhappa Pattannur can be spotted the subtle fingerprints of men who have lived in different continents, different times, and spoke different languages.

The question I posed at the outset rears its head again. What is the present condition of the so-called 'contemporary poetry'? What is its significance, if any?

Poetry has become an art form on which anybody can lay his/her hands on. All those who possess nothing except a modicum of literacy can engage 'with confidence' in the 'handiwork' of poetry. Anybody can write about anything and publish it as poetry!

To breathe clean air, to eat the food of one's choice, to drink one's thirst-quenching drink, to travel through one's places of interest, to build a house of one's imagination, to cultivate and rear up friendships, bonds of love and marriage—to do all these too much labour and sweating will be required from one who is out to get them at any cost. On top of that, in order to concretize these things, he will certainly have to depend on the hard labour put in by a number of people for a long time. He will also have to be responsible to an equal number of people. One who wishes to get himself educated, to interfere in the society, to interact with its members and to do 'politics' will be forced to take into count a number of things. In all the given contexts, the term or concept of 'freedom' acquires only limited and relative denotations.

However, the only vocation that one can do now arbitrarily, without being responsible to anyone or to oneself, and without depending on anybody is 'churning out poetry.' Indeed, 'contemporary poetry' is celebrating this unbridled freedom here today.

It is gratifying to note that the poetry of Kunhappa Pattannur stands firm here without getting carried away in the strong current of this anarchic poetry making. His poetry is here in the midst of those who struggle hard to make both ends meet and those who live a hellish life amid the deafening noises of cutthroat competition. The voice of Pattannur as a poet can be heard loud and clear from the different corners of his poetic realm. It says that poetry springs from the common cultural pool of a people apart from being the product of collective imagination and the philosophy and politics of the times we live in. And the spokesmen of 'the contemporary poetry' listen to them as if they are voices from an alien planet.

The so called 'contemporary poetry' bides its time blissfully turning the serious into frivolous, the critical into non-critical, history into nothingness and in the course projecting the 'I' as all important in this exercise in futility.

And this is how the poetry of Kunhappa Pattannur lives on in the opposite direction of what is touted as contemporary poetry: Drawing strength and energy from subaltern politics which refuses to be subjugated by anybody, the poetry of Pattannur has come to stay here for good with its roots running deep into the 'miserable present of the oppressed' even as it goes on cataloguing the tragedies in the wake of the deluge of hardships. The continent of the poetry of Pattannur maps out the evolution of the history of the world as well as India; the vicissitudes of our political life also forms part of the poet's experiences. The poet's opposition to the authoritarian and globalizing tendencies stands in high relief throughout the gamut of his work.

Therefore, it is not by way of meeting an obligation that I have written these words prefacing a selection of Pattannur's poems being published in English translation, which is in fact long overdue given the appeal and wide popularity of his work, by CHORUS IMPRINTS. By writing these words I believe that I am discharging my responsibility as a critic to our language and its speakers who struggle with their thoughts, imagination, and toil hard to survive in the teeth of oppression, occupation and annihilation.

(Preface to the upcoming selection of poems by Kunhappa Pattannur, 'Rains and Rivers', published by Chorus Imprints)
(2 October 2020)

അനുബന്ധം 6

'Literature Festivals' Dumping grounds for a rotten political culture

M. P. Balaram

Truth cannot always be hidden beneath the golden pots of lies. Witches of'evildom' sometimes come out of their night caves. Gods of Truth and wisdom do sometimes show us the ritualistic dance of evil beings in broad daylight, in front of our very own eyes. It seems that nobody is yet aware of the significance of this 'Macabre' dance play. As a result, the most literate and culturally developed state is now under threat of a most dangerous kind .This virus can spread and infect everything we own – not only the mind and spirit but the very ethos of a whole population. Our cultural and political identity itself is in danger.

Evil has now decided to remould the God's own country in its own shape and image. No doubt about it. Hell is the new role-model of this God's own paradise. Otherwise, how can we justify the surrender of the whole legacy of our 'great literature and art' for a simple price of fame and fortune. How can we legitimise the loss of art's aura of truth, wisdom, ethics, and integrity? When art and literature is lost and surrendered, people are the ultimate losers. Each and every mantle of culture is then lost and once again we are metamorphosed into either naked chimpanzees or simple savages. Literature/Art/Culture festivals of the day are clear manifestations of an infectious virus of a special kind that dangerously spreads and causes the extinction of Art/Culture/ Literature itself. Surrendering oneself for fame and fortune and for a 'reasonable price' ultimately begets nullified, neutralised, castrated, perverted, ornamental art. Festival venues has become the new avenues or dumping grounds for discarding the last remains of a 'rotten' political culture. So ultimately this is not a cultural issue. Politics of the festivals is to be followed and studied properly.

The young writer – honoured, rewarded and appreciated in current fests – undergoes a qualitative metabolic change of his conscience. He is treated as an alien, as an elevated phenomenon, or as a prototypical specimen. All his innate potential to evolve as an integrated, creative person is snuffed out at the moment of his transformation/degradation into narcissistic showmanship. Festivals prepare the most favourable ground for building nonsensical celebrity images in the field of literature/art/culture. Its virus, once transmitted, cannot be easily treated and cured. The elevated podium meant for celebrating art is really meant for alienating art.

Now the young writer (and the young reader) has to choose: whether I ought to belong to an elite grouping whose only concern is about themselves, whose only belief is in the perverse pleasure principle of narcissism and whose mind and spirit is immersed in only images of the 'self'. His endless monologues are focused on I and he is always speaking to himself. Imaging himself as a living legend, his lifelong action and talks are centred on one main subject: a capital I. Then the aura of fame and fortune begins to favour this God sent 'Genius', and he is soon elevated to heaven to become a member of the club of celebrities. But there is another option to choose for the young writer (also for the young reader): The choice of 'Resistance, Rebellion, and Death'. It is a hell having no celebrities. Freedom is his birth right, and he will inscribe it on every word, sound, or colour he creates. With fire in spirit and action, he lives and works 'dangerously'. He addresses the whole world and there are no barriers here for action or talk. Here he is one among the subjects and no one is subjected or surrendered in the name of a hierarchical order. So the word celebrity is treated here as a 'taboo'. In this universe of People's Art, elite festivals are also banned.

It was M. N. Vijayan who called these kind of 'charming', 'attractive' species as Swarna Malsyangal (Golden fish). Now in an the all-pervasive polluted air, water and soil, yesterday's 'innocent' tamed fish have been transformed in to cruel biting sharks .They bite or swallow you either partly or wholly. Blood, i.e. the blood of the 'different other', is treated as the most tasty and nutritious food. The only command they obey is that of their ruling bosses, those who gives them fame and fortune. All others, irrespective of left or right, are considered as mere insects. I am the most beautiful name in the world. You are the most hated. Slavery is my accepted profession. Freedom is not at all seen in my profile.

Freedom is not 'my' choice. Prometheus, Spartucus, Bazarov, Reskalnikov – all those having the gene of resistance, rebellion (and heroic death) should be confiscated. All those models known as 'Classics' should be treated as pure manure. Whole History has only one value. You can either make use of it (for your benefit) or throw it as useless (also for your own interest). Most of the time history is a thing that should be wholly forgotten. Discourses centred on literature, art, form, content, sensibility, purposefulness etc. etc. are utter nonsense. But let them assert their own 'values' or 'non-values' and argue about its 'existence' or 'non-existence' repeatedly, endlessly. In the eyes of good marketing, every word uttered and even the non-uttered silences are potentially profitable. Even the preaching of heavenly morality or satanic evilness are sometimes profitable. Making use of morality and immorality, making each and every thing credible or incredible is itself an art. Net result should be emphasised: Profit. Therefore, my (festival) master and I (author celebrity) believe in one and only God – Profit. The God of fame and fortune! Long live our masters! Long live I!

So a 'unique' and 'great' theory of culture production is being born out of Literature/Art/Culture festivals: the theory of the 'making of pulp culture'. Whether it is great or petty, good or evil, truth or untruth, big or small, anything or everything could be made out of this fictional fluidity. Culture is treated as mere pulp, culture is viewed as mere pulp, moulded out of pulp, and a philosophy of culture is being manufactured as a final outcome of this chaos. As per its demand and sales, this culture pulp itself is marketed and sold as a novel product! The morally pauperised author is only good to be treated as mere pulp! An utter nonsense of total absurdities in the name of real art and literature!

(23 February 2020)

www.ingramcontent.com/pod-product-compliance
Lightning Source LLC
LaVergne TN
LVHW040028051026
849525LV00003B/1018

* 9 7 8 9 3 5 5 1 7 2 7 3 0 *